హేతువాద మానవవాద వ్యాసాలు

(Essays On Rationalism & Humanism)

డా॥ గుమ్మా వీరన్న

Hethuvaada Maanavavaada Vyaasaalu
by
Dr. Gumma Veeranna

5-4-1413, Sharada Nagar,

Vanastalipuram Post, Hyderabad -500 070.

Ph: 9866681927

Published By: Kasturi Vijayam

Published on: Sep,2025

ISBN (Paperback): 978-81-987719-7-1

First Edition
Sep 2025

Print On Demand

Published By: Kasturi Vijayam
Ph:0091-9515054998
Email: Kasturivijayam@gmail.com

Book Available
@
Amazon (WorldWide), flipkart

జ్ఞాపిక

జాస్తి జవహర్ లాల్ గారు రాడికల్ హ్యూమనిస్టు. మంచి రచయిత, అనువాదకులు. తెలుగు, ఇంగ్లీషులో అనేక పుస్తకాలు రాసి ప్రచురించారు.

జవహర్ లాల్ గారు గుంటూరు జిల్లా కూచిపూడిలో 1936 అక్టోబరు4న జన్మించారు. ఉన్నత చదువులు చదివారు. ఇండియన్ ఆడిట్ అండ్ అకౌంట్స్ డిపార్టుమెంటులోను (1957-75), ప్రైవేటు సెక్టారులో కంపెనీ సెక్రటరీ అండ్ డైరెక్టరుగాను (1975-2000) పనిచేశారు. 89 సం॥ల వయసులో కూడా తెలుగులో విజ్ఞానశాస్త్ర ప్రచారానికై కృషి చేస్తున్నారు. ప్రస్తుతం అమెరికాలోని ఆరిజోనాలో వుంటున్నారు.

ఎం.ఎన్. రాయ్ రచించిన “సైన్స్ అండ్ ఫిలాసఫీ" పుస్తకాన్ని నేను తెలుగులోకి అనువదించినపుడు నా అనువాదాన్ని సరిచూసి తగిన సలహాలు, సూచనలు ఇచ్చి సహకరించారు. సుప్రసిద్ధ మానవవాది రావిపూడి వెంకటాద్రి రచించిన “మార్క్సిజం” సంపుటాన్ని (480 పేజీలు) ఇంగ్లీషులోకి చక్కగా అనువదించారు.

జాస్తి జవహర్ లాల్ గారితో గత మూడు దశాబ్దాలుగా కొనసాగుతున్న స్నేహానుబంధానికి చిహ్నంగా నేను రచించిన “హేతువాద మానవవాద వ్యాసాలు" అనే పుస్తకాన్ని జ్ఞాపికగా ప్రేమాభిమానాలతో వారికి అందజేస్తున్నాను.

డా॥ గుమ్మా వీరన్న

09/09/2025

హేతువాద మానవవాదాల ఆవశ్యకత

దేశంలో ఆలోచనారాహిత్యం తాండవిస్తోంది. మతమౌఢ్యం అన్ని రంగాలనూ ఆక్రమించి పరాకాష్టకు చేరింది. పౌరాణిక కథలన్నీ వాస్తవ, చారిత్రక సంఘటనలుగా చలామణి అవుతున్నాయి. సనాతనధర్మం పేరిట, ఆచార సంప్రదాయాల పేరిట ప్రవచనకారులు చేస్తున్న ప్రసంగాలు, వక్ర భాష్యాలు మనుషులను ఆలోచనారాహిత్యం వైపు నడిపిస్తున్నాయి. మనుషులలో సహజ సిద్ధంగా ఉన్న హేతుత్వాన్ని పని చేయనివ్వకుండా మత్తులోకి నెట్టివేస్తున్నాయి.

ఇటువంటి భావజడత్వం తాత్వికరంగంలో తిష్ట వేసుకుని దేశాన్ని అంధకారం వైపు, నియంతృత్వంవైపు నడిపిస్తున్నది. ఆర్థిక దారిద్ర్యం కన్నా, రాజకీయ దారిద్ర్యం కన్నా తాత్విక దారిద్ర్యం మహాభయంకరమైనది. అది మనుషులను స్వతంత్రంగా ఆలోచింపనీయదు. మతగురువులు ఏమి చెప్పినా గుడ్డిగా విశ్వసించమంటుంది. దేనినీ సందేహించవద్దంటుంది. ప్రశ్నించ వద్దంటుంది. అందుకే ప్రాణమున్న మనుషులు సైతం మరమనుషులుగా మారి దేనినీ ప్రశ్నించకుండా, స్వతంత్రంగా ఆలోచించకుండా అనుకరణకు, అనుసరణకు అలవాటు పడిపోతున్నారు. అందువల్ల ఇక్కడ అసత్యాలే సత్యాలుగా, అధర్మమే ధర్మంగా, అన్యాయమే న్యాయంగా పరిగణింపబడుతోంది.

ఇటువంటి క్లిష్టపరిస్థితుల్లో మనకు అక్కరకొచ్చేది హేతువాద, మానవ వాదాలే. అందుకే అన్నిరకాల సామాజిక సమస్యలకు పరిష్కారం హేతువాద, మానవవాద భావవిప్లవమొక్కటే. మనుషుల భావాలలో ముఖ్యంగా తాత్విక భావాలలో మౌలికమైన మార్పులు రాకుండా సమాజంలోని ఏ రంగంలోనూ ఆశించిన ఫలితాలు సాధ్యం కావు. ఈనాటి తక్షణావసరం హేతువాద, మానవవాద భావాలను ప్రజలవద్దకు చేర్చి, వారిని ఆలోచింపచేయడమే. దానికోసం మతసాహిత్యాన్ని ఎదుర్కొనే హేతువాద, మానవవాద సాహిత్యసృష్టి పెద్దఎత్తున జరగవలసిన అవసరం వుంది. అంతేగాక హేతువాద, మానవవాద భావాల ప్రచారానికి ప్రింట్ మీడియా, ఎలక్ట్రానిక్ మీడియా పూర్తి సహకారాన్ని అందించవలసి వుంటుంది. అది జరగనంతవరకూ భావవిప్లవం విజయవంతం కావడానికి అవకాశాలు ఏర్పడవు.

ఈ క్రమంలో భారత హేతువాద సంఘం తన కృషిని గత 9 దశాబ్దాలుగా కొనసాగిస్తూనే ఉంది. కీ.శే. రావిపూడి వెంకటాద్రిగారు తన జీవితాన్నే హేతువాద, మానవవాద ఉద్యమానికి అంకితం చేసి దాదాపు 100 పుస్తకాలు రచించి, హేతువాద, మానవవాద భావవిప్లవానికి బాటలు వేశారు. మతాల బండారాన్ని బయట పెట్టారు. తాత్వికంగా, తార్కికంగా మతాలను కోలుకోలేని చావుదెబ్బ కొట్టారు.

అటువంటి కృషిలో భాగంగా నేను నిరంతరంగా 'హేతువాది' మాసపత్రికకు వ్యాసాలు రాస్తూ వస్తున్నాను. నా వ్యాసరచన 1982 సెప్టెంబర్ సంచికతో ప్రారంభమైంది. ఆ పత్రికలో ప్రచురితమైన అనేక వ్యాసాలు తరువాత పుస్తకాల రూపంలో వెలువడ్డాయి. ఇంకా అచ్చవని కొన్ని వ్యాసాలు కూడా ఉన్నాయి. అదేవిధంగా, నేను కొన్నిసార్లు ఆంధ్రజ్యోతి దినపత్రికలో కూడా వ్యాసాలు రాసాను. ఈ విధంగా 'హేతువాది'లో ప్రచురితమైన వ్యాసాలు మరియు ఆంధ్రజ్యోతిలో వచ్చిన కొన్ని వ్యాసాలను కలిపి **'హేతువాద మానవవాద వ్యాసాలు'** అనే పేరుతో ఈ పుస్తకాన్ని ప్రచురించాలని సంకల్పించాను.

భారతదేశంలోనే ప్రప్రథమంగా హేతువాద, మానవవాద సాహిత్యాన్ని సృష్టించిన ఘనత భారత హేతువాద సంఘానికే దక్కుతుంది. అందులో భాగంగానే 'హేమా పబ్లికేషన్స్' చీరాల (ఇంకొల్లు) నుండి అత్యధిక హేతువాద సాహిత్య ప్రచురణ జరిగింది. ఈ ఘనత కూడా రావిపూడి వెంకటాద్రి గారికే దక్కుతుంది. ఇటువంటి సాహిత్యం దేశంలోని మరే రాష్ట్రంలోనూ, మరే భాషలోనూ కనిపించదు.

నా వ్యాసాలను గతంలో ముద్రించిన 'హేతువాది' మాసపత్రిక సంపాదకులకు, ఆంధ్రజ్యోతి దినపత్రిక సంపాదకులకు ధన్యవాదాలు తెలియజేస్తున్నాను. ఈ పుస్తకానికి అక్షరాలు కూర్పు చేసిన ఆరవేటి వెంకటసుబ్బయ్యకు, అందంగా అచ్చువేసి ప్రచురించిన కస్తూరి విజయం సంస్థ వారికి నా ధన్యవాదాలు తెలియజేస్తున్నాను.

తేది: 01-09-2025 — **డా॥ గుమ్మా వీరన్న**

హైదరాబాద్ — **అధ్యక్షులు, భారత హేతువాద సంఘం.**

విషయ సూచిక

హేతువాదం - సామాజికాభ్యుదయం

‘‘ఘర్షణ పడుతున్న ఆధునిక రాజకీయ ఆలోచనా విధానాలన్నిటికీ కన్సర్వేటివ్, లిబరల్, సోషలిస్టు, కమ్యూనిస్టు విధానాలకు ఒక్క విషయం సామాన్యం (Common)గా వుంది. మనిషిని మంది (mass)లో కలపడం సమాజం మానవుడి సృష్టి. చరిత్ర మానవుడి కార్యకలాపాల భోగట్టా. రాజకీయ వ్యవస్థలు మానవుడిచేత సృష్టించబడినాయి. అయినా మానవుడి సృష్టికార్యాలు మానవుణ్ణి శూన్యానికి తగ్గించివేశాయి. స్రష్టను అతని సృష్టికే పూర్తిగా అధీనుణ్ణి చేయడమే నేటి క్లిష్టపరిస్థితిలోని అంతరార్థం. అందువల్ల హ్యూమనిస్టు పునరుజ్జీవనమే ` మానవుణ్ణి అతని స్థానంలోకి అంటే ` ప్రధానమైన సర్వసత్తాకమైన స్థానంలోకి తీసుకొని పోవడమే ఈ క్లిష్టపరిస్థితికి పరిష్కార మార్గం’’. ఎం.ఎన్. రాయ్.

అభ్యుదయం అందరినోటా వినిపిస్తున్న పదం. సామాజిక అభ్యుదయాన్ని గురించి మాట్లాడని రాజకీయవేత్తగాని, రాజకీయ పార్టీగాని లేదంటే అతిశయోక్తి కాదు. కాంగ్రెస్ పార్టీ మొదలుకొని అన్ని గ్రూపుల కమ్యూనిస్టుల వరకు సామాజిక అభ్యుదయమే తమ ధ్యేయమని ప్రకటిస్తున్నారు. సోషలిజాన్ని స్థాపించడమే తమ లక్ష్యమని చాటుకుంటున్నారు. అదే సమయంలో ఒకరి విధానాలను మరొకరు తీవ్రంగా ఖండించుకుంటున్నారు. దీనివల్ల సామాజిక అభ్యుదయమంటే ఏమిటో వినే ప్రజలకే కాక, చెప్పే రాజకీయ వేత్తలకే అర్థం కాని అయోమయం, గందరగోళం ఏర్పడింది. అందుకే దీన్ని గురించి పరిశీలించాల్సిన అవసరం ఎంతయినా వుంది.

సామాజిక అభ్యుదయమంటే ఏమిటో, దాని స్వరూప స్వభావాలు ఎలాంటివో పరిశీలించేముందు మానవుడికి, సమాజానికి వున్న సంబంధాన్ని గురించి కొంత వివరించుకోవాల్సి వుంటుంది.

విశ్వపరిణామక్రమంలో నిర్జీవ పదార్థం నుండి కొన్ని ప్రత్యేక పరిస్థితుల్లో జీవావిర్భావం జరిగింది. జీవపరిణామ క్రమంలో మానవుడవతరించాడనే విషయాన్ని డార్విన్ జీవపరిణామ సిద్ధాంతం రుజువు చేసింది. మానవుడు ప్రకృతి బీభత్సాలను తట్టుకుని, మనుగడకోసం అవిశ్రాంత పోరాటం జరిపి, అనేక కష్టనష్టాలను అధిగమించి స్థిరనివాసం ఏర్పరచుకొని ఎంతో కాలం కాలేదు. అందులోనూ భాషను నేర్చుకుని, ఆలోచనాపరుడై, మానవతను సంతరించుకుని, మానసికంగా యెదగడం ప్రారంభించింది ఇటీవలి కాలంలోనే. చరిత్రకు అందినంతవరకు అతని సాంస్కృతిక వికాసం ప్రారంభమై ఐదారు వేల సంవత్సరాలకంటే ఎక్కువ కాలేదు.

ప్రకృతి పరిశీలనలోను, అందులోని నియమాలను గ్రహించి వాటిని తన సుఖసంతోషాలకు అనుకూలంగా వుపయోగించడంలోను, సహకార భావంతో సమాజాన్ని సృష్టించుకోవడంలోను, సంస్థలను నిర్మించుకోవడంలోను అతనికి ఉపయోగపడుతూ వస్తున్నది అతనిలో వున్న హేతుత్వమే (Rationality). అందువల్ల మానవుడి శాశ్వత అభ్యుదయ సాధనం హేతుత్వమని తెలుస్తోంది.

వ్యక్తులకు సమాజానికి వున్న సంబంధాన్ని గురించి అధ్యయనం చేసినపుడు వ్యక్తుల రూపంలో తప్ప సమాజానికి వేరుగా అస్తిత్వం లేదని అర్థమవుతుంది. వ్యక్తి సమాజానికి నమూనా. వ్యక్తులు లేకపోతే సమాజం వుండదు. వ్యక్తులే సమాజాన్ని సృష్టించుకున్నారుగాని సమాజం వ్యక్తులను సృష్టించలేదు.

ఆలోచించి, అనుభవించేది వ్యక్తులేకాని సమాజం కాదు. సమాజంలో వున్నందువల్ల వ్యక్తులు మరింతగా వికాసం పొందగలుగుతారే గాని, అదే సర్వస్వం కాదు, లక్ష్యం కాదు. వ్యక్తులను మినహాయిస్తే సమాజానికి అస్తిత్వం లేదు, అర్థం లేదు. దీన్నిబట్టి తెలిసేదేమంటే సమాజానికి ప్రమాణం వ్యక్తి అని, వ్యక్తి శ్రేయస్సే సామాజిక శ్రేయస్సుకు కొలబద్దగా వుండాలని. అందువల్ల సామాజిక అభ్యుదయంలో వ్యక్తివాదం ప్రధానాంశంగా వుంటుంది. వ్యక్తులు అభివృద్ధి చెందకుండా సమాజం అభివృద్ధి

చెందలేదు. సమాజంలోని వ్యక్తులు ఏ మేరకు అభివృద్ధి చెందుతారో ఆ మేరకే సమాజం అభివృద్ధి చెందినట్లు గుర్తించాలి.

దీనికి భిన్నంగా నేడు సమాజంలో సమిష్టివాదాలు ప్రచారమవుతున్నాయి. కులం, మతం, దేశం, జాతి, వర్గం వంటి సమిష్టి భావనలు వ్యక్తులకంటే ఉన్నతమైనవిగా పరిగణింపబడుతున్నాయి. అందువల్ల వాటికోసం వ్యక్తులు త్యాగాలు చేయవలసిందిగా, బలికావలసిందిగా ప్రచారం చేయబడుతున్నది అనే జీవితాదర్శాలుగా పేర్కొనబడుతున్నాయి.

తెలుగుజాతి కోసం ప్రజలు త్యాగాలు చేయాలని ఒకపార్టీ వారు సందేశమిస్తే, హిందూ మతం కోసం ఎటువంటి త్యాగాలు చేయడానికీ వెనుకాడరాదని మరొక పార్టీ పిలుపునిస్తే, కార్మికవర్గ విజయం కోసం రక్తాన్ని చిందించాలని యింకొకపార్టీ ప్రచారం చేస్తున్నది. ఈవిధంగా అన్ని పార్టీలోనూ వ్యక్తి శూన్యానికి కుదించబడి జాతి, మత, వర్గాది సమిష్టి మిథ్యాభావనలు జీవిత లక్ష్యాలుగా ఎదగిపోయాయి. ఈ విషమ పరిస్థితి పోవాలంటే సమాజంలో వ్యక్తి యొక్క వాస్తవ స్థానం అందరూ తెలుసుకోవాలి. మిథ్యాభావనల ఖండన జరగాలి. అప్పుడు గాని ఈ సమస్యకు పరిష్కారం దొరకదు.

మానవజాతి చరిత్ర అంతా వర్గపోరాటాల చరిత్ర అనీ, రెండు వర్గాల మధ్య సంఘర్షణ ద్వారానే అభివృద్ధి సాధ్యమని సిద్ధాంతీకరించి, చరిత్రను వర్గాల పరంగా వ్యాఖ్యానించింది మార్క్సిజం. అంతేగాక ఆర్థిక నియతివాదాన్ని ప్రతిపాదించి మానవుడిని ఆర్థిక జంతువుగా మార్చివేసింది మార్క్సిజం. ఆర్థిక నియతివాదం ప్రకారం సమాజంలోని ఆర్థిక, రాజకీయ, మత, వైజ్ఞానిక, సాంస్కృతికాది అంశాలన్నీ ఉత్పత్తి సాధనాలు అనే ఆర్థిక పునాదిమీద ఆధారపడే ఉపరితల నిర్మాణాలు మాత్రమే. ఈ రకమైన ఆర్థిక నియతివాదం మానవ చరిత్రలో భావాలకు, మానవ విలువలకు స్థానం లేకుండా చేసింది. అయితే వాస్తవమైన చరిత్ర దీనికి భిన్నంగా వుంది.

విజ్ఞానశాస్త్ర చరిత్రను తీసుకుంటే అందులో వర్గాలకు, వర్గపోరాటాలకు, సంఘర్షణలకు తావేలేదని తెలుస్తుంది. ఆర్థిక నియతివాదం వైజ్ఞానిక చరిత్రను

వివరించలేదు. ఆర్థిక ప్రయోజనాలతో సంబంధం లేకుండానే శాస్త్రవేత్తలు, తత్త్వవేత్తలు కృషి చేస్తున్నారనేది చారిత్రక సత్యం.

మతాల చరిత్రను తీసుకున్నా అంతే. చార్వాక, బౌద్ధ, జైనాది భావోద్యమాలకు ఆర్థిక కారణాలను అంటగట్టలేము. అవి మానవుడి జిజ్ఞాస ఫలితాలే కాని వేరు కావు. సాహిత్యం, కళలు అన్ని వర్గాలకు, వర్గ పోరాటాలకు అతీతమైనవనేది వాస్తవం. అందువల్లే ఆర్థిక నియతివాదం పూర్తిగా తప్పని రుజువవుతున్నది.

పై విషయాల ద్వారా కేవలం ఆర్థిక విషయాలే కాక చరిత్రను ప్రభావితం చేస్తున్న అంశాలలో భావాలు ప్రధాన పాత్ర నిర్వహిస్తున్నాయని తేలుతుంది. భావాల రూపంలో వున్న మానవ విలువలు సామాజిక చరిత్రలో కీలకపాత్ర నిర్వహించగలవని అర్థమవుతుంది.

అందువల్ల సామాజిక రంగంలో వచ్చే ఏ విప్లవానికయినా ముందుగా భావవిప్లవం జరగాలని, అలా జరగనంతకాలం ఏ విప్లవాలయినా విఫలం కాక తప్పదని చరిత్ర రుజువు చేస్తున్నది. 70 సంవత్సరాల తర్వాత రష్యాలో విప్లవం విఫలం కావడం దీనికి తాజా ఉదాహరణ. అందువల్ల అన్ని విప్లవాలకు ముందు జరగవలసింది తాత్విక విప్లవమని తెలుస్తుంది.

స్వేచ్ఛా సమానత్వ సౌభ్రాతృత్వాలు, లౌకికనీతి వంటి విలువలను నిర్లక్ష్యం చేసి, ఇతరత్రా ఎన్ని కార్యక్రమాలు చేపట్టినా అవి సామాజిక అభ్యుదయాన్ని సాధించలేవు. అధికారంలో వున్న రాజకీయ పార్టీలవారు ఎన్ని చట్టాలను రూపొందించినా, ఎన్ని ప్రణాళికలను రచించినా, ఎన్ని ప్రాజెక్టులను చేపట్టినా, ఎన్ని పరిశ్రమలను స్థాపించినా, ఎన్నో ఆయుధాలను సేకరించుకున్నా మరేమి చేసినా నిజమైన సామాజిక ప్రగతిని సాధించలేకపోతున్నారు.

మానవుడికి బాహ్యంగా వుండే సాధన సంపత్తి కంటె అంతరంగ విలువలే అత్యంత ప్రధానమైనవని గుర్తించాలి. అందువల్ల అంతరంగంలో మార్పు రాకుండా వున్నంతకాలం బాహ్య సంపదలన్నీ వట్టి ఆడంబరాలుగా మిగిలిపోతాయి.

మానవ విలువలలో అత్యంత ప్రధానమైన విలువ స్వేచ్ఛ. మానవుడి జీవితసారం, లక్ష్యం అదే. స్వేచ్ఛ అంటే విశృంఖలత్వం కాదు. తన భౌతిక, మానసిక శక్తుల వికాసానికి అడ్డుతగులుతున్న అవరోధాలను క్రమంగా తొలగించుకోవడమే స్వేచ్ఛ.

స్వేచ్ఛ అవిభాజ్యమైనది. దానిని సామాజిక, ఆర్థిక, రాజకీయాది రంగాలలో ఏదో ఒక రంగానికి పరిమితం చేయడానికి వీలులేదు. అందువల్ల రాజకీయ స్వేచ్ఛ కోసం ఆర్థిక బానిసత్వాన్ని పోషించే పెట్టుబడిదారీ విధానం గాని, ఆర్థిక స్వేచ్ఛ కోసం రాజకీయ బానిసత్వాన్ని పోషించే కమ్యూనిస్టు విధానం గాని తప్పని అర్థమవుతుంది. ఒక రంగంలో స్వేచ్ఛ కోసం మరో రంగంలో స్వేచ్ఛను బలిపెట్టకుండా వుండే ప్రత్యామ్నాయ విధానాన్ని ఎంపిక చేసుకోవాలి.

సహనంతో ఆలోచించి, సహకార భావంతో ప్రవర్తిస్తే ప్రత్యామ్నాయ విధానం సాధ్యమవుతుంది. స్వేచ్ఛకు సాధనం జ్ఞానం. నీతికి కూడా సాధనం జ్ఞానమే. జ్ఞానం లేని ఆచరణ పైకి నీతిగా కనిపించినా ప్రత్యేక పరిస్థితుల్లో దాని నిజస్వరూపం బయటపడుతుంది. మతాలన్నీ నీతి సూత్రాలను వల్లిస్తూనే వున్నాయి. వాటికి పునాది 'జ్ఞానం' కానందువల్ల ప్రాణత్యాగం నుండి ప్రాణహరణం వరకు నిజస్వరూపాన్ని ఆచరణలో మనం చూస్తున్నాం.

హిందూత్వం, హిందూమతం పేర్లతో నేడు కొన్ని మతరాజకీయ పార్టీలు మత సంస్థలు చేస్తున్న విషప్రచారం అత్యంత ప్రమాదకరంగా పరిణమిస్తున్నది. 1920, 1930 సంవత్సరాలలో ఇటలీ, జర్మనీలలో చెలరేగిన ఫాసిస్టు ఉద్యమ లక్షణాలు నేటి మెజారిటీ మతశక్తుల ప్రచారంలో కనిపిస్తున్నాయి. తప్పుడు నినాదాలకు సులభంగా మోసపోయే ప్రజానీకం రాబోవు ఎన్నికలలో మతశక్తులకు పట్టం కట్టినా ఆశ్చర్యపోనవసరం లేదు. అప్పుడు ప్రజాస్వామ్యం పేరుతో అత్యంత ప్రమాదకరమైన ఫాసిస్టు నియంతృత్వం స్థాపించబడుతుంది.

ఈ ఘోర విపత్తునుండి సమాజాన్ని కాపాడటమే నేటి లౌకిక శక్తుల తక్షణ కర్తవ్యం కావాలి. అందుకు లౌకిక శక్తులు ఏకం కావాలి. లౌకికవాదమంటే సమాజంలో వున్న

పొరపాటు భావాలను తొలగించాలి. అన్ని మతాలను సమానంగా ఆదరించడం లౌకికవాదం కాదని, మతాలు రాజకీయాల్లో జోక్యం చేసుకోకుండా వుండేలా చూడటమే నిజమైన లౌకికవాదమని వివరించాలి.

ఈవిధంగా ప్రజలకు, సామాజిక, ఆర్థిక, రాజకీయ రంగాలలోని తప్పుడు భావాలను వివరించడంద్వారా చైతన్యవంతులను చేయాలి. మానవ విలువలను వారిలో పునరుద్ధరించాలి. అప్పుడుగాని సమాజంలోని సమస్యలు పరిష్కారం కావు.

జనాభా పెరుగుదల, దారిద్ర్యం, నిరుద్యోగం, నిరక్షరాస్యత, అవినీతి, అనారోగ్యం, వాతావరణ కాలుష్యం వంటి ప్రధాన సమస్యల పట్ల ఇటు ప్రజలలోను, పరిపాలకులలోను సరైన అవగాహన చిత్తశుద్ధి లేకపోవడం వల్లనే వాటికి పరిష్కారం దుస్సాధ్యమవుతున్నది.

అందువల్ల ఆధునిక విజ్ఞానం ఆధారంగా భావ విప్లవం జరగాలి. భావ విప్లవం విజయవంతమైతే అన్ని సమస్యలు పరిష్కరించబడతాయి. సామాజిక అభ్యుదయం సాధ్యమవుతుంది. అటువంటి భావ విప్లవోద్యమం కోసం మనమంతా నిరాశపడకుండా పట్టుదలతో సమైక్యంగా కృషి చేసి విజయాన్ని సాధించాలి.

- హేతువాది, మే 1993

హేతువాదం - అపోహలు, అపార్థాలు

హేతువాదులు ప్రజాస్వామ్య విలువలను పాటించడం లేదన్న అభియోగం ఒకటి ఉంది. ప్రజాస్వామ్యమంటే ఏమిటో తెలియనివారు చేసే ఈ ఆరోపణ ఎంతవరకు వాస్తవమో పరిశీలిద్దాం.

హేతువాదం స్వేచ్ఛావాదం. స్వేచ్ఛ మానవ విలువలన్నిటిలోకి మౌలికమైన విలువ. మానవజాతి ఆదిమకాలం నుండి నేటివరకు జరుపుతున్న జీవనపోరాటం స్వేచ్ఛా పోరాటమే. అంటే తన భౌతిక మానసిక శక్తుల వికాసానికి అడ్డు తగిలే ప్రతిబంధకాలను క్రమంగా తొలగించుకొంటూ రావడమే.

మానవుడు అన్ని రంగాలలోను అనేక శృంఖలాలలో చిక్కుకుని వున్నాడు. అతడు ఆయా శృంఖలాలనుండి విముక్తుడు కావడానికి అతనికున్న ఏకైక సాధనం అతని వివేకమే. అంటే హేతుత్వమే. మానవుడిలో సహజసిద్ధంగా, అంతర్గతంగా దాగియున్న వివేకానికి పని కల్పించడం వల్లనే అతడు ఈ బంధనాల నుండి క్రమంగా బయటపడగలుగుతున్నాడు. ఆవిధంగా అతడి స్వేచ్ఛా పరిధులు విస్తరిస్తూ పోతున్నాయి.

మనిషి ఆచరణ అతని జ్ఞానస్థాయి మీద ఆధారపడి వుంటుంది. పైకి సహజంగా, సాధారణంగా కనిపించే మతస్థుల నమ్మకాలు కీలకమైన సమయాల్లో ముసుగులను తొలగించుకొని అసలు రంగుతో బయటపడి బుసలు కొడుతుంటాయి. దీనికి ఉదాహరణగా ఇటీవల గుజరాత్‌లో చెలరేగిన మతఘర్షణల్లో మతస్థుల ఆచరణను చూపవచ్చు. పైకి సాధుజంతువుల్లా కనిపించే అనేకమంది భక్తులు అవసరమనుకున్నప్పుడు తమ నిజావతారాలను ప్రదర్శిస్తుంటారు.

మతస్థుల మాదిరి కాకుండా హేతువాదుల ప్రవర్తన వివేకంతో కూడి వుంటుంది. వుండాలి కూడా. అయితే నిత్యజీవితంలో తమకెదురయ్యే అనేక విషయాలలో

హేతువాదులు ఏ మేరకు హేతుబద్ధంగా ప్రవర్తిస్తుంటారనేది వారి వారి అవగాహనా స్థాయిని బట్టి వుంటుంది. ఏ విషయాన్నయినా అర్థం చేసుకోవడంలో, ఆచరించడంలో మనిషి మనిషికీ స్థాయీ భేదాలున్నట్లే హేతువాదుల్లోనూ భేదాలుంటాయి. అయితే ఏ ఒక్క విషయంలోనూ వైరుధ్యం వుండదు.

మానవ విలువలలో ప్రజాస్వామ్యం ఒకటి. ప్రజాస్వామ్యం సామాజిక ఆదర్శమే కాని రాజకీయ ఆదర్శం మాత్రం కాదు. స్వేచ్ఛ, సమానత్వం, సౌభ్రాతృత్వం దాని మౌలిక లక్షణాలు. ప్రతినిధి స్వామ్యాన్ని ప్రజాస్వామ్యంగా ముందుగా రాజకీయరంగంలో ఆవిష్కరంచినా, స్వామ్యమనే దానిని అన్ని రంగాలకూ వర్తింపజేయాల్సిన ఆవశ్యకత వుంది. ప్రస్తుతం నినాదాలకు, కాగితాలకు పరిమితమైన ఈ ప్రజాస్వామ్య విలువ సమాజంలో గగనకుసుమమై పోయింది. దీన్ని కాపాడవలసిన బాధ్యత అభ్యుదయ కాముకులందరి మీద వున్నట్లే హేతువాదుల మీద ఉంది. అటువంటప్పుడు హేతువాదులు అప్రజాస్వామికంగా ప్రవర్తిస్తే అది గర్హనీయమే.

అయితే, ఎవరు ఏ మేరకు హేతుబద్ధంగా, ప్రజాస్వామికంగా ప్రవర్తించారో, ప్రవర్తించలేదో బేరీజులు వేసుకోడానికి ఆత్మవిమర్శ అవసరం. కొన్ని సందర్భాలలో కొందరు తీసుకున్న నిర్ణయాలు మరికొందరికి ఇబ్బంది కలిగించి వుండవచ్చు. పదిమందికి సంబంధించిన విషయాలలో పారదర్శకతను పాటించడం సమంజసంగా వుంటుంది. అది కొరవడినపుడు కొన్ని సందేహాలు తలెత్తడం సహజం. వాటిని నివృత్తి చేసుకోవలసిందే. ఆ క్రమంలో మనం ఆదేశించినట్లు అవతలివారు ప్రవర్తించలేదనుకోవడం సమంజసం కాదు.

హేతువాదులందరూ సమగ్ర ప్రజాస్వామ్యవాదులే. కాని, రాజకీయ ప్రజాస్వామ్య వాదులందరూ హేతువాదులు కారు. కొందరు ప్రజాస్వామ్యాన్ని రాజకీయాలవరకే పరిమితం చేయవచ్చు. ఆ ప్రజాస్వామ్యం కూడా వారి దృష్టిలో నేటి ప్రాతినిధ్య ప్రజాస్వామ్యం కావచ్చు. మాది ప్రజాస్వామ్యాన్ని ఆదరించే పార్టీ అని చాలా రాజకీయ పార్టీలు ప్రకటిస్తూ ఉంటాయి. కాని ఆచరణలో మాత్రం ప్రజాస్వామ్యం

అదృశ్యమైపోయి అంతటా పార్టీస్వామ్యమే దర్శనమిస్తుంది. పార్టీలో నాయకులైన కొద్దిమంది కాని, లేదా పార్టీ అధినేత కాని అధికారాన్ని చలాయిస్తుంటారు. అయినప్పటికీ అది పార్టీలోని వారికెవరికీ నిరంకుశత్వంగా అప్రజాస్వామ్యంగా అనిపించదు. అందువల్ల నిరంకుశత్వాన్నే ప్రజాస్వామ్యంగా భ్రమిస్తున్నారు, భ్రమింపజేస్తున్నారు.

హేతువాదం కేవలం దేవుడు లేడని ప్రచారం చేయడానికి, మూఢ విశ్వాసాలకు, మతానికి వ్యతిరేకంగా ప్రచారం చేయడానికే పరిమితమై పోయినట్లు మరికొందరి అభియోగం.

వాస్తవానికి హేతువాదం కాని, హేతువాదులు కాని కేవలం దేవుడు, మతం, మూఢవిశ్వాసాలను నిరాకరించడానికి మాత్రమే పరిమితం కాలేదు. హేతువాదానికి పెద్ద చరిత్ర వుంది. మానవుడి వివేకం పని చేయడంలోనే హేతువాదం దర్శనమిస్తుంది.

హేతువాద మూలాలలోకి వెళితే మనకు ముందుగా కనిపించేది ప్రకృతి నియమబద్ధత. ప్రకృతిలో వున్న ఈ నియమబద్ధత శాశ్వతమైనది. సర్వకాల సర్వావస్థలయందు, సర్వ సంఘటనలలోను సర్వత్రా వ్యాపితమై దర్శనమిచ్చేది నియమనిబద్ధత. ప్రకృతిలో అంతర్గతంగా ఉన్న ఈ నియమబద్ధత ప్రకృతి పరిణామక్రమంలో అవతరించిన మానవుడిలో హేతుత్వంగా భాసిస్తూ ప్రతిబింబిస్తున్నది.

ఆదిమ మానవుడి నుండి ఆధునిక మానవుడి దాకా మానవజాతికి సంక్రమించిన జ్ఞానమంతా ప్రకృతిలోని నియమబద్ధతను అర్థం చేసుకొని అవగాహన చేసుకోవడంతోనే సాధ్యమైంది. ప్రకృతిలోని ప్రతి సంఘటనను కార్యకారణ రూపంలో మనం అర్థం చేసుకోడానికి కీలకమైనది అందులోని నియమబద్ధతే. అనంతంగా వున్న ఈ నియమాల గురించి తెలుసుకుంటూ, ఆ మేరకు జ్ఞానపరిధులను విస్తరించుకుంటూ వస్తున్నాడు మానవుడు. నేడు శాఖోపశాఖలుగా అభివృద్ధి చెందిన శాస్త్రరంగాలన్నీ చేస్తున్న పని ఒక్కటే. ఆయా అంశాలకు సంబంధించిన ప్రకృతి నియమాలను క్షుణ్ణంగా, సమగ్రంగా అధ్యయనం చేయడమే. అలా చేయడంలో ముందుగా ఎగిరిపోయేవి దేవుడు, మతం, మూఢవిశ్వాసాలు అయినప్పుడు ఆ పని చేయకుండానే మీరు హేతువాదులు కండి

అనడంలో అర్థం లేదు.

దీనిని బట్టి మనకర్థమయ్యే విషయమేమంటే హేతువాదమనేది సర్వవిషయాలకు వర్తించే సమగ్రాంశమని. అందువల్ల హేతువాదం కేవలం దేవుడు, మతం, మూఢవిశ్వాసాల వంటి విషయాలకు మాత్రమే పరిమితమైనది కాదని తెలుస్తోంది.

అయితే మానవుడు పుట్టింది మొదలు గిట్టేదాకా అడుగడుగున ప్రతి విషయంలోనూ జోక్యం చేసుకుంటున్నది మతం. దీంతో మనిషి జీవితంలో ఏ పని చేయాలన్నా, ఏది చేయకూడదన్నా మతం మనిషిని శాసించే దశకు చేరుకుంది. మనిషి మతానికి బానిసగా మారిపోయాడంటే అందులో అతిశయోక్తి లేదు.

అటువంటి మతాన్ని, దానికి మూలమైన దేవుడిని, మూఢవిశ్వాసాలను తిరస్కరించకుండా ముందుకు సాగడం దాదాపు అసాధ్యమని తేలుతుంది.

మన సమాజంలో అన్ని రంగాలలోను అనేక మూఢవిశ్వాసాలు స్వైరవిహారం చేస్తున్నాయి. ఒక్కమాటలో చెప్పాలంటే భారతీయ సామాజిక జీవనమంతా మూఢవిశ్వాసాలతో పెనవేసుకుని వుంది. ఈ మూఢవిశ్వాసాల నుండి ప్రజలకు ఎప్పుడు, ఏవిధంగా విముక్తి కలుగుతుందనేది చిక్కు ప్రశ్న. దానికి సమాధానంగా హేతువాద, మానవవాదాలవంటి భావవిప్లవోద్యమాల వైపు చూడవలసి వస్తుంది.

అనాదిగా ఈ దేశంలో మూఢ మతవిశ్వాసాలను పెంచి పోషిస్తూ, వాటి అభివృద్ధి తమ అభివృద్ధిగా భావిస్తూ వస్తున్న వర్గమొకటుంది. అదే పురోహిత వర్గం. ఈ వర్గానికి పాలకవర్గం నుండి కూడా ప్రోత్సాహం లభించడంతో వారి పని మరింత సులువైంది. ఈ రెండు వర్గాలు పరస్పర సహకారభావంతో లబ్ధి పొందుతూ జనాన్ని మాత్రం శాశ్వతంగా అంధవిశ్వాసాల ఊబిలో కొనసాగేలా ప్రయత్నిస్తున్నాయి.

పై సంక్షోభానికి పరిష్కారమార్గం ప్రజల్లో శాస్త్రీయ దృక్పథాన్ని పెంపొందించడమొక్కటే. ఆ బాధ్యతను హేతువాద, నాస్తికవాద, మానవవాద మిత్రులు స్వీకరించాలి. అందువల్ల హేతువాదులు మతాన్ని, మూఢవిశ్వాసాలను వ్యతిరేకించడం వరకే పరిమితం అవుతున్నారనుకోవడం సరైన అవగాహన కాదని తేలుతుంది.

హేతువాదులు రాజకీయాల గురించి పట్టించుకోరనీ, అన్ని విషయాలలో హేతువాదాన్ని అమలు చేయాలనే హేతువాదులు, రాజకీయాలలో సైతం హేతువాదాన్ని ఎందుకు పట్టించుకోవడం లేదో అర్థం కాదనీ మరో ఆరోపణ ఇటీవల వినవస్తోంది.

ఇదివరకే అనేక సందర్భాలలో రాజకీయాలపై హేతువాదుల వైఖరి ఎలా వుండాలనే అంశాన్ని సుదీర్ఘంగా చర్చించడం జరిగింది. ఈ అంశంలో ఎవ్వరికీ ఎటువంటి సందేహాలుండడానికి వీలు లేనంత స్పష్టంగా దీనిపై చర్చ జరిగింది. అయినప్పటికీ ఇంకా సందేహాలు వినిపిస్తున్నందువల్ల మరోమారు దీని గురించి పరిశీలించాల్సి వస్తుంది.

అన్ని విషయాలకు వర్తించినట్లే రాజకీయాలకు సైతం హేతువాదాన్ని వర్తింప చేయాల్సిందే. ఈ విషయంలో మరోమాటకు తావే లేదు. అయితే ప్రస్తుతం సమాజంలో రాజ్యమేలుతున్నది భ్రష్టు రాజకీయాలంటే సరిపోతుందనుకుంటాను. నేటి రాజకీయాలు కేవలం పార్టీ రాజకీయాలకే పరిమితమై వున్నాయి. పార్టీ రాజకీయాలన్నీ అధికార రాజకీయాలే. అంటే అన్ని పార్టీలు అధికారాన్ని పొందడానికి, పొందిన అధికారాన్ని నిలబెట్టుకోడానికి ఎన్ని అడ్డదారులు తొక్కడానికైనా, అక్రమాలకు పాల్పడడానికైనా, అవినీతి పనులు చేయడానికైనా వెనుకాడబోవటం లేదు. ఎన్నికల సమయాల్లో పార్టీ రాజకీయాల నిజస్వరూపాన్ని మనం ప్రత్యక్షంగా చూస్తున్నాం. ఒక్కమాటలో చెప్పాలంటే నేటి సామాజిక సంక్షోభానికి ప్రధాన కారణాలలో మొదటిది దిగజారిపోయిన పార్టీ రాజకీయాలే. వివిధ వ్యవస్థల మధ్య సమన్వయం సాధించాలనే లక్ష్యంతో మానవుడేర్పరచుకున్న మరో వ్యవస్థే రాజకీయ వ్యవస్థ కూడా. అటువంటి వ్యవస్థ చివరకి భ్రష్టమై సమాజాభ్యుదయానికి ప్రధాన అవరోధంగా తయారైంది. పార్టీ రాజకీయాల విషసంస్కృతి వల్లనే సమాజంలో విలువలు అదృశ్యమైపోతున్నాయి. అన్ని రంగాలలోను అవినీతి తాండవిస్తోంది. ఆయా రంగాలలో నిష్ణాతులైన మేధావులు, మంచివారు అధికారంలోకి వచ్చే అవకాశాలు అంతరించి పోతున్నాయి.

ఇటీవల ఎన్నికలలో పోటీ చేసే అభ్యర్థుల అర్హత, ఆస్తులు, చరిత్ర గురించి వెల్లడి చేయాలని సుప్రీంకోర్టు, ఎన్నికల సంఘం జారీచేసిన ఆదేశాలు అమలు కాకుండా వుండేందుకే అన్ని రాజకీయపార్టీలు కలిసి కృషి చేయడం వాటి దివాళాకోరుతనానికి నిదర్శనం.

రాజకీయం రంగం ఈవిధంగా వుంటే దీన్ని ఎలా బాగు చేయాలి? అసలిది సాధ్యమయ్యే పనేనా? అని సందేహం కలగవచ్చు. అసాధ్యం కాదుగాని, సులభసాధ్యం కూడా కాదు.

అయితే హేతువాదం రాజకీయాల గురించి ఏమి చెబుతుంది? హేతువాద రాజకీయాలు ఎలా వుండాలి? మున్నగు ప్రశ్నలకు సమాధానం చెప్పుకోడానికి మనకు కావలసింది శాస్త్రీయ దృక్పథమే. ఈ దృక్పథంతో పరిశీలించినపుడు మనం పైన పేర్కొన్న విధంగా కాకుండా రాజకీయాలు ప్రజలకు మేలు చేసేవిగా వుండాలని అర్థమవుతుంది. ప్రజలు తమ శ్రేయస్సుకోసం సృష్టించుకున్న రాజకీయాలు భ్రష్టమై హత్యారాజకీయాలుగా మారి హింసాత్మక విధానాలకు పాల్పడడం అత్యంత అనాగరికం. దానికి తోడు మతాలను చేరదీసి మతరాజకీయాలుగా మనుగడ సాగిస్తుండడం ప్రమాదకరం. ఇటీవల గుజరాత్‌లో జరిగిన మారణకాండ మత రాజకీయాలకు పరాకాష్ట. వీటిని అధికార సాధనాలుగా వాడుకోవడం అమానుషం, అవమానకరం.

రాజకీయాలలో ఉన్నతమైనది సమగ్ర ప్రజాస్వామ్యం. అధికారం ప్రజలలో నిక్షిప్తమైవుండే విధానం ప్రజాస్వామ్యం. పార్లమెంటరీ ప్రజాస్వామ్యం ప్రాతినిధ్య ప్రజాస్వామ్యం మాత్రమే. ప్రజలు తమ అధికారాలను మరొకరికి దత్తత చేసే విధానం, వాస్తవ ప్రజాస్వామ్యానికి భిన్నమే కాదు, వ్యతిరేకం కూడా. అది సొమ్మొకడిది, సోకొకడిది అనే సామెతను గుర్తు చేస్తుంది.

అందువల్ల అధికారం ప్రజలనుండి బదిలీ కాకుండా వుండే విధానం కావాలి. పార్టీ రాజకీయాలద్వారా ప్రజాస్వామ్య లక్ష్యాన్ని చేరుకోలేమని అనుభవంలో తెలుసుకున్నాం. కాబట్టి పార్టీ రహిత రాజకీయాల వైపు దృష్టి సారించాలి. ప్రభుత్వం తీసుకునే

పాలనాపరమైన విధాన నిర్ణయాలన్నింటిలోను ప్రజల భాగస్వామ్యం వుండాలి. సంపద, అధికారం ఒకచోట కేంద్రీకృతం కాకుండా వుండే విధానాన్ని అవలంబించాలి. దీనికై పార్టీ రహిత, భాగస్వామ్య ప్రజాస్వామ్యం కావాలి.

ఈ విషయాలు సమంజసమైనప్పటికీ వీటిని కొందరు నిరాకరించవచ్చు. మరికొందరు వ్యతిరేకించవచ్చు. హేతువాద, నాస్తిక వాదుల్లోనే విభిన్న రాజకీయ అభిప్రాయాలు ఆమోదించేవారున్నారు. అందులో కొందరు రాజకీయాలకు బలై, హేతువాద సంఘాలను సైతం రాజకీయ పార్టీలకు తాకట్టు పెట్టి, వాటి కబంధబాహువుల్లోకి ఈడ్చాలని ప్రయత్నించే వారున్నారు.

సాంస్కృతికోద్యమాలలో పలురకాల రాజకీయాభిప్రాయాలను ఆమోదించే వారున్నందువల్ల హేతువాద ఉద్యమం ఆ మేరకు వేరువేరు సంఘాలుగా విడిపోయింది.

పై అంశాలను దృష్టిలో పెట్టుకొన్నందువల్లనే హేతువాద సంఘం రాజకీయాల జోలికి పోకుండా వుండాలనే నిబంధనను చేర్చడం జరిగింది. రాజకీయ పార్టీలకు, రాజకీయ ఉద్యమాలకు తాకట్టు పడకుండా ఎవరి రాజకీయ భావాలను వారు అనుసరించవచ్చు. ఒకరి భావాలను మరొకరి మీద బలవంతంగా రుద్దకూడదు. అందువల్లనే హేతువాద సంఘం రాజకీయాలపట్ల అప్రమత్తంగా ఉంటూ కూడా సంఘపరంగా రాజకీయోద్యమాలకు దూరంగా వుంటుంది.

హేతువాద ఉద్యమం ప్రధానంగా భావవిప్లవోద్యమం. అందులో తాత్విక భావాలకే ప్రాధాన్యత వుంటుంది. రాజకీయాలను కూడా తాత్విక మానవతా దృక్పథం నుంచి అంచనా వేస్తుంది. రాజకీయంగా విపత్కర పరిస్థితులెదురైనపుడు అది మిన్నకుండదు. కార్యరంగంలోకి దూకుతుంది. సాధారణ పరిస్థితుల్లో అది రాకీయాలను రాసుకుపూసుకు తిరగదు. రాజకీయాల్లో దూరిన వారంతా ప్రజల మెప్పుకోసం వారి అహేతుక భావాలకు తందానతాన పాడతారనేందుకు మనకు కావలసినంత చారిత్రక సాక్ష్యం దొరుకుతుంది. మతభావాలతో భావభ్రష్టమైన సమాజానికి ఆధునిక విజ్ఞాన శాస్త్రం పునాదిగా భావప్రసారం చేయగల ఉద్యమమే హేతువాదం. స్వయం నిర్ణయాలను

తీసుకోగల స్థాయికి ప్రజలను వికాసవంతుల్ని చేయడమే హేతువాద ఉద్యమ కర్తవ్యం. తద్వారా మానవ విలువలను ప్రోదిచేసి, మానవ హక్కుల్ని సాధించి, మానవవాద మార్గాన్ని చూపడం హేతువాదం ధ్యేయం.

- హేతువాది, డిసెంబర్ 2002

పార్టీ రాజకీయాలు - ప్రజాస్వామ్యం

మానవుడు తనలో అంతర్గతంగా వున్న వివేకానికి సానబెట్టి అన్ని రంగాలలో అనేక విజయాలను సాధించి ఆధునిక మానవుడిగా అవతరించాడు. అందులో భాగంగానే సామాజిక పరిపాలనాంగమైన రాజకీయాలలో సైతం అనేక మజిలీలలను దాటుకుంటూ పురోగమిస్తున్నాడు. ఆ క్రమంలోనే రాజులను, రారాజులను, మతాధిపతులను ఎదిరించి పోరాడాడు. పురోహిత, రాజరిక, భూస్వామ్య వ్యవస్థలను, వాటిలోని నిరంకుశ విధానాలను వ్యతిరేకిస్తూ స్వేచ్ఛా స్వాతంత్ర్యాల కోసం తన పోరాటాన్ని కొనసాగిస్తూనే వున్నాడు. దాని ఫలితంగానే స్వేచ్ఛా సమానత్వ సౌభ్రాతృత్వాలకు పునాదిగా నిలిచే ప్రజాస్వామ్య భావానికి చేరుకున్నాడు.

మౌలికంగా ప్రజాస్వామ్యం సామాజికాదర్శం. ఉన్నతమైన ప్రజాస్వామ్య విధానాన్ని నేడు కేవలం రాజకీయాలకే పరిమితం చేయడమే గాక దాన్ని అన్ని విధాలుగా భ్రష్టు పట్టించి, అపహాస్యం పాలు చేస్తున్నారు.

వ్యక్తి సమాజానికి నమూనా. వ్యక్తులే సమాజ నిర్మాతలు. ఏ సమాజమైన అభ్యుదయకరమైనదా కాదా అని నిర్ధారించడానికి ఆ సమాజంలోని వ్యక్తులు వాస్తవంగా అనుభవిస్తున్న స్వేచ్ఛా స్వాతంత్ర్యాలే ప్రమాణం కావాలి. వ్యక్తులకు స్వేచ్ఛ లేనపుడు ఆ సమాజం స్వేచ్ఛా సమాజం కాజాలదు. స్వేచ్ఛ అంటే విశృంఖలత్వం కాదు. ఎవరి యిష్టమొచ్చినట్లు వారు ప్రవర్తించడం స్వేచ్ఛ అనిపించుకోదు. మానవుడు తనలోని భౌతిక, మానసిక శక్తుల వికాసానికి అడ్డుతగిలే ప్రతిబంధకాలను క్రమానుగతంగా తొలగించుకుంటూ పోవడమే స్వేచ్ఛగా భావించాలి.

''అన్నిటికీ మానవుడే ప్రమాణం కావాలి'' అన్న ప్రాచీన గ్రీకు తత్వవేత్త ప్రొటాగరస్ సూక్తి అందరికీ ఆదర్శం కావాలి. మానవుడి స్వేచ్ఛకు, శ్రేయస్సుకు భంగం

కలిగించే సిద్ధాంతాలను, విధానాలను విడనాడాలని అర్థం చేసుకోవాలి. ఇదే మానవవాద మౌలిక సూత్రం.

అదేవిధంగా ప్రజాస్వామ్యంలోప్రజలే ప్రభువులు, సార్వభౌములు కావాలి. అంటే అధికారం ప్రజలవద్ద వుండడమే నిజమైన ప్రజాస్వామ్యమవుతుంది. ఐరోపాలో 15, 16 శతాబ్దాల కాలంలో వర్ధిల్లిన రినైజాన్స్ ఉద్యమ ఫలితాలలో రూపుదిద్దుకొన్నదే ప్రజాస్వామ్య వ్యవస్థ. నియంతృత్వానికి వ్యతిరేకంగా ఆవిర్భవించిన ప్రజాస్వామ్య విధానం ప్రపంచవ్యాప్తంగా ఇంకా పూర్తిగా వికసించలేదు, విస్తరించలేదు.

నేడు అనేక దేశాలలో అమలులోవున్న పార్లమెంటరీ ప్రజాస్వామ్యం పరిమిత ప్రజాస్వామ్యమే. నియంతృత్వం కన్న ఎంతో మెరుగైనప్పటికీ పార్లమెంటరీ ప్రజాస్వామ్యం కూడా లోపభూయిష్టమే.

అయిదు సంవత్సరాల కొకసారి జరిగే సార్వత్రిక ఎన్నికలలో ప్రజలు తమ అధికారాలను ఎన్నుకోబోయే చట్టసభల సభ్యులకు ధారాదత్తం చేస్తున్నారు. తద్వారా ప్రజలు రెండు ఎన్నికల మధ్యకాలంలో నిస్సహాయులైన ప్రేక్షకులుగా మాత్రమే మిగిలిపోతున్నారు. ప్రజలకు బాధ్యతగా వుండవలసిన ప్రజాప్రతినిధులు తమను నిలబెట్టిన పార్టీలకు, పార్టీ అధినాయకులకు మాత్రమే బాధ్యులుగా వుంటున్నారు. ఈ పరిస్థితి ప్రజాస్వామ్య స్ఫూర్తికి పూర్తిగా విరుద్ధమైంది.

ప్రజల జీవితాలలో స్వల్ప భాగంగా మాత్రమే వుండవలసిన రాజకీయాలు ప్రజలందరి జీవితాలను పూర్తిగా శాసించే దశకు చేరుకున్నాయి. ఈ దుస్థితికి కారణం నిస్సందేహంగా పార్టీ రాజకీయాలే. ప్రజల ప్రయోజనాలను ప్రతిబింబించడానికి, పరిరక్షించడానికి బయలుదేరినవే రాజకీయ పార్టీలన్నీ. అయితే, ఆచరణలో మాత్రం అవి ప్రజాశ్రేయస్సును విస్మరించి అధికార రాజకీయాలుగా అవతారమెత్తాయి. ప్రజాశ్రేయస్సు, ప్రజాసంక్షేమం పేరట రాజకీయాధికారాన్ని హస్తగతం చేసుకోవడం, ఆవిధంగా అందుకున్న అధికారాన్ని నిలబెట్టుకోవడమే నేడు అన్ని రాజకీయ పార్టీల లక్ష్యంగా మారింది.

అధికారం కోసం ప్రారంభమైన ఈ పోరాటం రాజకీయాల లక్ష్యాన్నే దెబ్బతీస్తున్నది. అధికారం కోసం ఎన్నికలలో పోటీ పడుతున్న రాజకీయ పార్టీలు ప్రజాస్వామ్య విలువలకు, నీతి నియమాలకు తిలోదకాలిస్తున్నాయి. హద్దులు దాటిన అధికార పిపాస అనారోగ్యకరమైన, అవినీతికరమైనర కార్యకలాపాలకు పాల్పడేవిధంగా పార్టీలను ప్రోత్సహిస్తున్నది. అరాచకానికి బాటలు వేసి రాజకీయాలనే భ్రష్టు పట్టిస్తున్నది.

ఎన్నికల సమయంలో రాజకీయ పార్టీలు అవలంబిస్తున్న విధానాలు, ఎత్తులు, పైఎత్తులు, కుయుక్తులు దారుణమైన పరిణామాలకు దారితీస్తున్నాయి. అభ్యంతరకరమైన, అసహ్యకరమైన కార్యకలాపాలతో పార్టీలన్నీ ప్రజాస్వామ్యాన్ని అపహాస్యం చేస్తున్నాయి. అన్ని పార్టీలూ ఆచరణ సాధ్యం కాని హామీలను గుప్పించడం సర్వసాధారణమైపోయింది. ఓట్లను రాబట్టుకోడానికి రాజకీయపార్టీలు చేయని అక్రమాలు లేవు. ప్రజలను ఆకర్షించడానికి అనేక రకాలుగా మారి ప్రలోభపెడుతున్నాయి. లెక్కకు మించిన ధనాన్ని ఎన్నికలలో విచ్చలవిడిగా ఖర్చు చేస్తున్నాయి. డబ్బుతో, మద్యంతో ఓట్లు కొనే కార్యక్రమాలలో అన్ని పార్టీలూ రొదపెడుతున్నాయి. రౌడీమూకలను రంగంలోకి దింపి పరిస్థితులను తమకనుకూలంగా మార్చుకోడానికి ప్రయత్నిస్తున్నాయి.

అధికారాన్నే పరమావధిగా భావించిన రాజకీయ పార్టీలన్నీ కులమత వర్గ ప్రాంతీయ తత్వాలను రెచ్చగొట్టి సమాజానికి తీరని నష్టాన్ని కలిగిస్తున్నాయి. పరస్పరారోపణలతో పార్టీల మధ్య వైరం, ద్వేషం పెరిగి హత్యా రాజకీయాలకు సైతం వెనుకాడని పరిస్థితి ఏర్పడుతోంది. పార్టీల అవినీతికి, అక్రమాలకు, అకృత్యాలకు అంతు లేకుండా పోయింది.

అనాదిగా మనుషులను చీల్చడం, సమష్టి మిథ్యావాదాలకు బలిచేయడం జరుగుతున్నది. కులం, మతం, జాతి, వర్గం, ప్రాంతం వంటివన్నీ సమష్టివాదాలకు దారితీసి వ్యక్తులను బలితీసుకుంటున్నాయి. ప్రపంచ చరిత్రలో జాతి, మతం, వర్గం పేరిట నియంతృత్వ రాజ్యాలు ఏర్పడి, ప్రజలను కబళించడం కనిపిస్తుంది. జర్మనీలో హిట్లర్

జాతి నియంతృత్వం, ముస్లిం దేశాలలో మత నియంతృత్వం, కమ్యూనిస్టు దేశాలలో వర్గ నియంతృత్వాలు మానవజాతి చరిత్రలో మాయని మచ్చలుగా మిగిలిపోయాయి.

నియంతలను, నియంతృత్వ విధానాలను వ్యతిరేకించి పోరాడేవారు, ఆహ్వానించి ఆరాధించేవారు అన్ని కాలాలలోను మనకు దర్శనమిస్తారు. అయితే కాలగమనంలో అవతరించిన రాజకీయ పార్టీలు ప్రజాస్వామ్యం పేరిట నియంతృత్వ విధానాలను అవలంబించి, అనుసరించడం చరిత్రలో శోచనీయమైన పరిణామం.

ఆధునిక మతాలుగా అవతరించి, దారుణంగా దిగజారిపోయిన పార్టీ రాజకీయాలనుంచి సమాజాన్ని రక్షించలేమా? ఈ విషమ పరిస్థితులనుండి బయటపడడానికి తగిన ప్రత్యామ్నాయ మార్గాలను ప్రతిపాదించలేమా అని ప్రశ్నించుకుంటే సానుకూలమైన సమాధానమే లభిస్తుంది. అదే పార్టీ రహిత, నిర్మాణాత్మక ప్రజాస్వామ్యం, నూతన రాజకీయ ఆలోచనా విధానం శాస్త్రీయతత్వం ఆధారంగా ఏర్పడిన మానవవాద రాజకీయ ప్రత్యామ్నాయం.

ప్రప్రథమంగా పార్టీరహిత రాజకీయాలను ప్రతిపాదించిన వ్యక్తి మానవేంద్రనాథరాయ్. ఎం.ఎన్.రాయ్‌గా ప్రసిద్ధుడు. రాడికల్ హ్యూమనిస్ట్ తత్వాన్ని ప్రపంచానికందించిన అఖండ మేధావి. రాడికల్ హ్యూమనిజం, తాత్వికరంగంలో భౌతిక వాస్తవికవాదాన్ని, ఆర్థిక రంగంలో సహకార ఆర్థిక విధానాన్ని, రాజకీయ రంగంలో పార్టీరహిత ప్రజాస్వామ్యాన్ని ప్రతిపాదిస్తుంది. ప్రజలకోసం ప్రజల యొక్క ప్రజలచేత పరిపాలనే ప్రజాస్వామ్యమనే నిర్వచనంలో నేడు మిగిలింది. ప్రజలకోసం పరిపాలన మాత్రమే. పేరు మాత్రం ప్రజలది. అధికారం పార్టీలది, పార్టీ నాయకులది. అందుకే ఇది పార్టీ స్వామ్యమవుతుందేగాని ప్రజాస్వామ్యం కాజాలదు.

అధికార కేంద్రీకరణ నియంతృత్వ లక్షణం. అధికారం కేంద్రీకృతమైతే అధికార దుర్వినియోగమవడానికి అవకాశమేర్పడుతుంది. అధికార రాజకీయాలు అవినీతి రాజకీయాలుగా మారిపోతాయి. అధికార వికేంద్రీకరణ ప్రజాస్వామ్య లక్షణం. పార్టీరహిత రాజకీయాలలోనే అది సాధ్యపడుతుంది.

పార్లమెంటరీ ప్రజాస్వామ్యంలో అధికారంలో ఉన్న పార్టీ ఎన్నికలను రద్దు చేసి, పౌరహక్కులను అణచివేసి, న్యాయవ్యవస్థ స్వాతంత్ర్యాన్ని నాశనం చేసి, ప్రతిపక్షపార్టీలపై నిషేధాన్ని విధించి, పత్రికాస్వేచ్ఛను హరించే ప్రమాదముంది. 1975లో ఇందిరాగాంధీ హయాంలో ఎమర్జన్సీ రూపంలో పార్టీ నియంతృత్వాన్ని మనదేశం చవిచూసింది.

పార్టీరహిత ప్రజాస్వామ్యంలో ప్రజలు స్థానికంగా ప్రజాసంఘాలుగా ఏర్పడాలి. ఈ స్థానిక ప్రజాసంఘాలపై ఆధారపడి నిర్మించిన పిరమిడ్ ఆకారంలో రాజ్యం వుండాలి. ప్రతియేటా ప్రజాసంఘాలకు ఎన్నిక జరగాలి. ప్రాథమిక ప్రజాసంఘాల సభ్యులు మండల సంఘాలను, జిల్లా సంఘాలను, రాష్ట్ర సంఘ సభ్యులను ఎన్నుకుంటారు.

ఈ ప్రజా సంఘాలు స్థానిక స్వపరిపాలనాంగాలుగా పనిచేయడమే కాక, రాజ్యవ్యవహారాలను నిరంతరం సమర్థవంతంగా అదుపులో పెట్టగలిగే విధంగా వుండాలి. అంతేగాక, చట్టసభల ఎన్నికలకు అభ్యర్థులను సిఫారసు చేయడానికి, ప్రతిపాదించిన చట్టాల గుణదోషాలను పరిశీలించడానికి, కొత్త చట్టాలను ప్రతిపాదించడానికి ఈ సంఘాలకు అధికారం వుంటుంది. అవసరమైనపుడు చట్టసభలకు ఎన్నికైన సభ్యులను వెనుకకు పిలిపించడానికి, ప్రధాన సమస్యలలో ప్రజాభిప్రాయ సేకరణకు, ముఖ్యమైన పరిపాలనా విధానాలలో తమ అభీష్టాన్ని తెలియజేయడానికి ఈ సంఘాలకు అధికారం వుంటుంది.

స్థానిక ఆర్థిక ప్రణాళికలను తయారుచేసి, వాటి అమలును పర్యవేక్షించే అధికారం కూడా ప్రజా సంఘాలకు వుండాలి. ప్రజలకు రాజకీయ విద్యను బోధించే పాఠశాలలుగా కూడా ఈ ప్రజా కమిటీలు పనిచేయాలి.

ప్రజలు తమ సార్వభౌమాధికారాన్ని వినియోగించుకోవడానికి రాజకీయ, ఆర్థికాధికారాల్లో సమూల వికేంద్రీకరణ జరగాలి. సాధ్యమైనన్ని ఎక్కువ నిధులను కేంద్రం నుంచి రాష్ట్రాలకు, రాష్ట్రం నుంచి జిల్లా కమిటీలకు, జిల్లా కమిటీల నుంచి మండల కమిటీలకు, మండల కమిటీల నుంచి పల్లెలలోని ప్రజా కమిటీలకు బదిలీ చేయాలి. పిరమిడ్ ఆకారంలో వివిధ స్థాయిల్లో వుండే ఈ కమిటీల అధికారాలను, నిధులను

స్పష్టంగా నిర్వచించాలి. ఈ విధంగా పార్టీరహిత, నిర్మాణాత్మక, భాగస్వామ్య ప్రజాస్వామ్యం రూపుదిద్దుకుంటుంది. అపుడు ఎన్నికైన ప్రజాప్రతినిధులు ప్రజలకే బాధ్యులుగా వుంటారు. సర్వాధికారాలు ప్రజలలోనే నిక్షిప్తమై వుంటాయి. రాజ్యం సమాజంతో సహయోగం పొందుతుంది. ప్రజలు స్వేచ్ఛను అనుభవించగలుగుతారు.

అన్ని రంగాలలో స్వేచ్ఛ వున్నపుడే ఆ సమాజాన్ని స్వేచ్ఛా సమాజంగా భావించాలి. పెట్టుబడిదారీ దేశాలలో రాజకీయ స్వేచ్ఛకోసం ఆర్థిక స్వేచ్ఛను బలిపెట్టడం జరుగుతోంది.

అంతర్గత ప్రజాస్వామ్యాన్ని పాటించలేని రాజకీయ పార్టీలు దేశంలో ప్రజాస్వామ్యాన్ని కాపాడుతాయనుకోవడం అవివేకం. పార్టీ రాజకీయాలలోని డొల్లతనాన్ని, నిరంకుశ పోకడలను మనం ప్రత్యక్షంగా చూస్తున్నాం. కుల రాజకీయాలు, మత రాజకీయాలు, వర్గ రాజకీయాలు, ప్రాంత రాజకీయాలతో రాజకీయరంగం గబ్బు కొడుతున్నది. జన రాజకీయాలకు బదులుగా ధనరాజకీయాలు రాజ్యమేలడంతో కోట్లకు పడగలెత్తినవారు తప్ప సామాన్యులకు అవకాశాలు లేకుండా పోతున్నాయి. ఎన్నికలలో కోట్లు ఖర్చు పెట్టి గెలిచే వాళ్ళు, గెలిచిన తరువాత అనేక రెట్లలో కోట్లు కూడబెట్టడంలోనే నిమగ్నమైపోతారు. ప్రజాసేవ అనేది ప్రజలను వంచించడానికి పనికివచ్చే పదంగా తయారైంది.

మనదేశంలో వున్న వందలాది రాజకీయ పార్టీల పరిస్థితిని పరిశీలిస్తే మనకు అర్థమయ్యే నగ్నసత్యాలివే. దీనికి భిన్నంగా లోక్‌సత్తా వంటి పార్టీలేవైనా బయలుదేరి పరిస్థితిని చక్కదిద్దాలని ప్రయత్నించినా, వారి ప్రయత్నాలు ఫలించే అవకాశాలు మాత్రం కనుచూపు మేరలో కనిపించడంలేదు.

కులాల ద్వారా కులాలను ఏవిధంగా సంస్కరించడం సాధ్యం కాదో, మతాల ద్వారా మతాలను సంస్కరించడం ఏ రకంగా అసంభవమో, పార్టీలద్వారా పార్టీ రాజకీయాలను సంస్కరించాలనుకోవడం కూడా అంతే వాస్తవం.

రాజకీయాలను శాస్త్రీయంగా నిష్పక్షపాతంగా విశ్లేషించినపుడు పార్టీ రాజకీయాల స్వభావమే ప్రజాస్వామ్య స్ఫూర్తికి పూర్తిగా విరుద్ధమని తేలుతుంది. ఈ కారణంగానే ఎం.ఎన్. రాయ్ తాను ఏర్పాటు చేసిన రాడికల్ డెమొక్రటిక్ పార్టీని 1948లోనే రద్దు చేశారు. 'రాజకీయాలు, అధికారం, పార్టీలు' అనే తన గ్రంథంలో ఈ విషయాల నన్నిటినీ హేతుబద్ధంగా శాస్త్రీయంగా విశ్లేషించి వివరించారు.

అధిక జనాభా, దారిద్ర్యం, నిరక్షరాస్యత, నిరుద్యోగం, అంధవిశ్వాసాలతో నిండిన భారతదేశంలో పార్టీ రాజకీయాలు పెనుప్రమాదంగా పరిణమించాయి. రాజ్య వ్యవహారాలలో మతాల జోక్యం లేకపోవడమే సెక్యులరిజం. దీనికి భిన్నంగా అన్ని మతాలను సమానంగా సమాదరించాలనే ` సర్వధర్మ సమభావనే ` లౌకికవాదంగా పరిగణించడంలో మతాలు రాజకీయాల్లోకి ప్రవేశించి, దేశాన్ని శాసించే దశకు చేరుకోవడం అత్యంత ప్రమాదకరంగా పరిగణించాలి.

అరవై ఏళ్లకు పైగా స్వాతంత్ర్యాన్ని అనుభవిస్తున్న భారతదేశం నేటికీ కూడు, గూడు, గుడ్డ, విద్య, వైద్యం వంటి మౌలిక సమస్యలను సైతం పరిష్కరించుకోలేక పోయింది. రాజకీయాధికారాన్ని హస్తగతం చేసుకోవడమే 'విప్లవం'గా భావించే స్థితిలో ప్రజలున్నారు.

ఎన్ని పార్టీలు పుట్టినా, రాజకీయాధికారాన్ని చేపట్టినా, ఎన్ని శాసనాలు చేసినా, అవన్నీ ఆచరణలో పూర్తిగా విఫలమైపోతున్నాయి. సమాజంలో సాంస్కృతిక వికాసం లేకపోవడమే అందుకు కారణం. ప్రజలు కులం, మతం, వర్గం, పార్టీ వంటి వాటికి దాసులై భావదాస్యంలో మగ్గుతున్నంత కాలం ఏ రంగంలోను ఆశించిన ఫలితాలను సాధించలేము.

ప్రజలు మౌలికమైన భాషల్లో మార్పు వస్తే దాన్నే భావవిప్లవం అంటాం. అది సంభవించినపుడు రాజకీయాలలో కూడా పార్టీ రహిత రాజకీయాలు సాధ్యమేనని ప్రజలు గుర్తించి, ఆదరించి, ఆచరించడానికి సిద్ధపడతారు. ఆనాడు ప్రజాస్వామ్య విలువలైన

స్వేచ్ఛా సమానత్వ సౌభ్రాతృత్వాలు సమాజంలో వికసిస్తాయి. ఆ లక్ష్యసాధనకై మనమందరం కంకణబద్ధులమై కృషి చేయాలి.

- హేతువాది, డిసెంబర్ 2008

భావవిప్లవోద్యమనేత ఆవుల గోపాల కృష్ణమూర్తి

''ఇదివరలో కంటే ఈనాడే మనలో భావదాస్యం మరింతగా పాదుకొన్నది. నానాటికి మనలో పూర్వాచార పరాయణత్వం పెరుగుతున్నది. మూఢ విశ్వాసాలు ప్రబలుతున్నాయి. ప్రతీపశక్తులు వెర్రితలలు వేస్తున్నాయి. వెల్లువవలె ముంచుకొస్తున్న ఈ ప్రతీప శక్తులను ధిక్కరిస్తూ నిలిచిన ప్రముఖుడు శ్రీఆవుల గోపాలకృష్ణమూర్తి. ఆయన హేతువాది, విజ్ఞానవాది, మానవవాది. భావ స్వాతంత్ర్యాన్ని ఆయన కాంక్షించాడు. మానసిక విప్లవం ద్వారా తప్ప అది సిద్ధించదని ఆయన ప్రతిపాదించాడు. మానసిక శృంఖలాలు రాజకీయ శృంఖలాల కంటే బలీయమైనవని ఆయన హెచ్చరించాడు అని ప్రముఖ పత్రికా సంపాదకులు, హేతువాది శ్రీ నార్ల వెంకటేశ్వరరావు, ఆవుల గోపాకృష్ణమూర్తిని గురించి వెల్లడించిన భావాలు అక్షర సత్యాలు.

ఎ.జి.కె.గా ప్రసిద్ధులైన ఆవుల గోపాలకృష్ణమూర్తి బహుముఖ ప్రజ్ఞాశాలి. ఆదర్శ మేధావి, హేతువాద, మానవవాద ఉద్యమాలకు జీవితాన్ని అంకితం చేసిన మహనీయుడు. భావవిప్లవ జ్యోతిని చేపట్టి సమాజంలోని అంధ విశ్వాసాలను, అనాచారాలను, దురాచారాలను అంతం చేయడానికి విశేషమైన కృషిని కొనసాగించిన విశిష్టమైన దార్శనికుడు.

భారతదేశంలో బయలుదేరిన భావ విప్లవోద్యమాలు రెండే. మొదటిది ప్రాచీన కాలంలో క్రీస్తుకు పూర్వం అయిదారు శతాబ్దాల నాడు బయలుదేరిన చార్వాక, బౌద్ధ భావ విప్లవం. అది ఆనాటి సమాజంలోని వైదిక సంస్కృతికి, వర్ణ వ్యవస్థకు, సాంఘిక దురాచారాలకు, కర్మకాండకు వ్యతిరేకంగా బయలుదేరిందే. అది విజయవంతమైనందు వల్లనే బౌద్ధం దాదాపు వెయ్యి సంవత్సరాలు ఈ దేశంలో దేదీప్యమానంగా వెలిగింది. దాని తరువాత పౌరాణిక సంస్కృతి విజృంభించి దేశాన్ని అంధకారంలోకి నెట్టివేసింది.

ఫలితంగా భారతీయులు వెయ్యి సంవత్సరాలు విదేశీయుల పాలన క్రింద దారుణమైన బానిసత్వాన్ని అనుభవించవలసి వచ్చింది.

యూరపులో 15, 16 శతాబ్దాలలో బయలుదేరిన రినైజాన్స్ ఉద్యమం ప్రజాస్వామ్యానికి, హేతువాదానికి, మానవవాదానికి బీజాలు నాటింది. అటువంటి భావ పునర్వికాసోద్యమానికి, బదులుగా మనదేశంలో దయానంద, వివేకానంద నాయకత్వంలో పునరుద్ధరణ వాదం, ఫండమెంటలిజం పటిష్టమైన పునాదులను ఏర్పరచుకున్నాయి.

అటువంటి తరుణంలో 17వ శతాబ్దంలోనే సమాజంలోని అసమానతలను, అన్యాయాలను, మూఢ నమ్మకాలను తన పదునైన పద్యాలతో ప్రశ్నించి, ఖండించి హేతువాదబీజాలు నాటి, వెలుగులు ప్రసరింపజేసినవాడు వేమన.

గత శతాబ్దంలో ఆధునిక విజ్ఞానాన్ని అధ్యయనం చేసి దాని ఆధారంగా మానవవాద తత్వాన్ని నిర్మించి మానవాళికి అందించిన మహనీయుడు ఎం.ఎన్. రాయ్‌గా ప్రసిద్ధుడైన మానవేంద్రనాథ్ రాయ్.

హేతువాద భావాలతో నిండిన తమ కవితా ప్రస్థానంతో తెలుగు సాహితీలోకంలో పెనుసంచలనాన్ని సృష్టించిన భావవిప్లవ వైతాళికుడు కవిరాజు త్రిపురనేని రామస్వామి.

ఆ తరుణంలో 1917 ఏప్రిల్ 29వ తేదీన గుంటూరు జిల్లా, తెనాలి తాలూకా, మూల్పూరు గ్రామంలో రామశేషమ్మ, రామస్వామి గార్లకు జన్మించారు ఆవుల గోపాలకృష్ణమూర్తి.

లక్నోలో పోస్టు గ్రాడ్యుయేషన్ చేస్తున్న రోజుల్లోనే సుప్రసిద్ధ మానవవాది ఎం.ఎన్. రాయ్‌తో గోపాలకృష్ణమూర్తి గారికి పరిచయం ఏర్పడింది. తెనాలిలో కవిరాజు గారితో పరిచయమైంది. వారిరువురి భావాల ప్రభావంతో హేతువాదిగా, మానవవాదిగా ఎదిగారు. వేమన, కవిరాజుల వారసత్వాన్ని పుణికిపుచ్చుకున్నారు. భావ విప్లవానికి మారుపేరుగా రూపొందారు. హేతువాద, మానవవాద ఉద్యమాలకు ఊపిరిపోసి, వాటికి

విశేషమైన ప్రాచుర్యాన్ని కల్పించిన ఘనత వారికే దక్కుతుంది. ఆవుల గోపాలకృష్ణమూర్తి ఎ.జి.కె.గా సుప్రసిద్ధులైనారు.

1941లోనే న్యాయవాద వృత్తి చేపట్టారు. రాడికల్ డెమొక్రాటిక్ పార్టీని ఎం.ఎన్. రాయ్ 1940లో స్థాపించారు. ఎ.జి.కె. ఆ పార్టీలో చేరి ఆంధ్రప్రదేశ్‌లో ఆ పార్టీకి కార్యదర్శిగా పనిచేశారు. ఆ పార్టీకి తెనాలి కేంద్రంగా వుండేది. కోగంటి సుబ్రహ్మణ్యం, కోగంటి రాధాకృష్ణమూర్తి, జి.వి. కృష్ణారావు, గుత్తికొండ నరహరి, గోపీచంద్ వంటివారు ముఖ్య సారథులుగా వుండేవారు.

ఎ.జి.కె. 'రాడికల్' అనే పత్రికను స్థాపించి దానికి సంపాదకులుగా పనిచేశారు. రాడికల్ డెమొక్రటిక్ పార్టీ కేంద్ర కమిటీలో సభ్యులుగా వుండి కృషి చేశారు. ఎం.ఎన్. రాయ్ ప్రారంభించిన మాసపత్రిక 'ఇండిపెండెంట్ ఇండియా' (నేడు రాడికల్ హ్యూమనిస్ట్)లోను, 'నేషనల్ హెరాల్డ్' వంటి పత్రికలలోను అనేక వ్యాసాలు రాశారు.

రాడికల్ డెమోక్రటిక్ పార్టీ ప్రచార సభ జరుపడానికి మిత్రుని ఆహ్వానంపై ఎ.జి.కె. ఒక గ్రామానికి వెళ్ళాడు. కమ్యూనిస్టు కేంద్రంగా, 'లెనిన్ గ్రాడ్'గా పేరొందిన గ్రామమది. ఆ వూళ్ళో రాయిస్టులు మీటింగు పెడితే జనం రాళ్ళు రువ్వుతారని భయపడే పరిస్థితి వుండేది. ఎ.జి.కె. ఇవేమీ లెక్క చేయలేదు. 'రాళ్ళు వేసేచోట సభ పెట్టడమెందుకండీ' అని ఒక మిత్రుడు ప్రశ్నించాడు. దానికి ఎ.జి.కె. 'పూలదండలు వేసే చోటికి పరుగెత్తడం, రాళ్ళు వేసేచోట నిలబడడం కష్టమే. అయితే రాళ్ళు వేసేందుకు కొందరుండాలి గదా. నీ ఉపన్యాసం విని జనం రాళ్ళు వేస్తే, నా ఉపన్యాసం విని క్షమాపణ చెప్తారు. సరేనా, భయపడకు'' అన్నారు. అంతటి ఆత్మవిశ్వాసం, ధైర్యం వారిది.

ఆ రోజు రాత్రి ప్రారంభమైన సభలో మొదటి వక్త మాట్లాడగానే కొంతమంది చేతుల్లో రాళ్ళు కనిపించాయి. ఆ తర్వాత ఎ.జి.కె. ప్రసంగం గంటకు పైగానే సాగింది. సభాస్థలికి దూరంగా వున్నవారు సైతం వచ్చి కూర్చుని శ్రద్ధగా విన్నారు. ఆయన ప్రసంగానికి ముగ్ధులై హర్షధ్వానాలు చేశారు. దానితో నిర్వాహకుల ఆనందానికి అవధులు లేకుండా పోయింది.

1948లో ఎం.ఎన్. రాయ్ రాడికల్ డెమోక్రటిక్ పార్టీని రద్దు చేశారు. ప్రజాస్వామ్యానికి పార్టీ తత్వమే పనికిరాదనేది రాయ్ సిద్ధాంతం. పార్టీ రాజకీయాలు ఎంతగా భ్రష్టమై ప్రజాస్వామ్యాన్ని అపహాస్యం చేస్తున్నాయో నేడు మనం ప్రత్యక్షంగా చూస్తున్నాం. రాడికల్ డెమోక్రటిక్ పార్టీ రద్దయి హ్యూమనిస్టు ఉద్యమం ప్రారంభమైంది. హ్యూమనిస్టు ఉద్యమ ప్రచారానికి రాష్ట్రంలో ప్రధాన భాష్యకారుడిగా వున్న ఎ.జి.కె. హ్యూమనిస్టు భావాలకు బహుళ ప్రచారం కల్పించారు. తెలుగు, ఇంగ్లీషు భాషల్లో అనర్గళంగా ఉపన్యసించే ఎ.జి.కె. వాగ్ధాటిని ప్రత్యర్థులు సైతం మెచ్చుకొనేవారు. సాధారణ అంశాల గురించి ప్రసంగించినా ఆయన పలుకులు మాధుర్యాన్ని సంతరించుకొనేవి. అందువల్ల ఎ.జి.కె.ని వ్యాసోపన్యాసకుడు అన్నారు.

ఎ.జి.కె. స్వతంత్ర భావాలు గల వ్యక్తి. భావాల విషయంలో నిక్కచ్చిగా వుండేవాడు. ఎవరితోను, ఏ విషయంలోను రాజీపడేవాడు కాదు. 1958లో మద్రాసులో జరిగిన అఖిల భారత హేతువాద సంఘ సభలో ప్రముఖ హేతువాద నాయకులు ఎస్. రామనాథం 'అంతర్వర్ణ వివాహాలు మాత్రమే చట్ట సమ్మతమైనవిగా పరిగణించాలి' అనే తీర్మానాన్ని ప్రవేశపెట్టారు. దాన్ని ఎ.జి.కె. పూర్తిగా వ్యతిరేకించారు. ''మానవుల స్వేచ్ఛను హరించే చట్టం, అదెంత ఉత్తమ లక్ష్యంతో కూడుకున్నదైనా సరే హేతువాదులు అంగీకరింపజాలరు'' అని ఎ.జి.కె. విమర్శించారు. చివరకు రామనాథన్‌తో సహా సభ్యులందరూ ఆ తీర్మానాన్ని ఏకగ్రీవంగా తిరస్కరించారు.

ఎ.జి.కె. చాలామంది ప్రముఖులను తెనాలి రప్పించి హేతువాద సభలు నిర్వహించారు. అఖిల భారత హేతువాద సంఘానికి ఉపాధ్యక్షులుగా వున్న ఎ.జి.కె. 1951లోనే తెనాలిలో అఖిల భారత హేతువాద సంఘ సభలు నిర్వహించారు.

ఎ.జి.కె. తెనాలికి రప్పించిన ప్రముఖులలో ఎం.ఎన్. రాయ్, ఎలెన్ రాయ్, తమిళనాడు ముఖ్యమంత్రులు అన్నాదురై, ఎం.జి. రామచంద్రన్, తార్కుండే, ఎ.బి. షా వంటివారు వున్నారు.

ఒకసారి పుట్టపర్తి సాయిబాబా తెనాలి కార్యక్రమం నిర్ణయించుకున్నాడు. వేలాదిగా వున్న సాయిబాబా భక్తులతో జరిగే ఆ తిరునాళ్ళలో సాయిబాబాని ఎలా ఎదిరించటం? అందుకే ఎ.జి.కె. సాయిబాబాను సవాలు చేస్తూ ఒక కరపత్రం విడుదల చేయించారు. 'సాయి తల గొరిగించుకొని, లాల్చీ చేతులు మడుచుకొని మహత్యం చూపించగలిగితే శిష్యులమవుతా'మన్నాడు. దానితో అనూహ్యంగా సాయిబాబా కార్యక్రమమే రద్దయిపోయింది. సాయి పలాయనం చిత్తగించే అవసరం ఏర్పడింది. సాయిబాబాకు తెనాలి దర్శనమే ఇవ్వలేదు.

పరివ్రాజకాచార్య, జగద్గురు శ్రీబ్రహ్మానందగిరి స్వామి ఉద్ధండ పండితులు. గొప్ప వేదాంతులు. వారిని సైతం ఎ.జి.కె. ప్రభావితం చేసి సెక్యులరైజ్ చేశాడు. అతనిచేత 'సాంఘిక విప్లవం' అనే గ్రంథం రాయించాడు. దాన్ని తానే 'సోషల్ రెవల్యూషన్' అనే పేరుతో ఇంగ్లీషులోకి అనువదించారు. ఎ.జి.కె. జీవితంలో ఇటువంటి సంఘటనలు కోకొల్లలు.

ఎ.జి.కె. సాహిత్యాభిమాని, క్రీడాభిమాని, కవులను, కళాకారులను ఆదరించి ప్రోత్సహించేవాడు. చాలామంది సాహితీవేత్తలను, కవులను, కళాకారులను సన్మానించారు. సాయంకాలంపూట ఆయన ఇల్లు కవులు, కళాకారులతో కళకళలాడుతూ 'భువన విజయం'లా వుండేది.

బాలలంటే ఎ.జి.కె.కి అత్యంత ప్రేమాభిమానాలుండేవి. భయంలేని తనాన్ని బిడ్డలకు అలవర్చడం తల్లిదండ్రుల, గురువుల ప్రధాన కర్తవ్యమని వారు విశ్వసించేవారు. ''పిల్లలు ఎక్కడున్నా పిల్లలే. వారికి వికారాలు లేవు. ప్రాకారాలు లేవు. అంచులు లేవు. పరిధులు లేవు, వారి హృదయాలు కోమలంగా పేశలంగా వుంటవి'' అనేది వారి అభిప్రాయం. పిల్లల కోసం 'బాల కళా పరిషత్తు' స్థాపించి దాని అధ్యక్షుడిగా చాలా కార్యక్రమాలు నిర్వహించారు.

ఎ.జి.కె. స్వయంగా రచయిత, జర్నలిస్టు. తెనాలిలో ప్రెస్ క్లబ్ స్థాపించి దాని అధ్యక్షులుగా పనిచేశారు. 'రాడికల్ హ్యూమనిస్ట్', 'సమీక్ష' పత్రికలు నడిపారు. 'వాహిని'

పత్రికలో 'నా చుట్టూ ప్రపంచం' అనే శీర్షికతో ఆయన వ్రాసిన వ్యాసాలు ఆయన హేతువాద, మానవవాద దృక్పథానికి, ప్రతిభా పాటవాలకు నిదర్శనంగా నిలుస్తాయి.

కొంతమందికి ఆ వ్యాసాలు ఇబ్బందిని కలిగించేవి. 1942లో 'రాడికల్' పత్రికలో గాంధీజీని విమర్శిస్తూ ఎ.జి.కె. వ్యాసం రాశారు. అబ్బూరి రామకృష్ణారావు దాన్ని చదివి అబ్బురపడి ఎ.జి.కె.పై ఎం.ఎన్. రాయ్‌కి ఫిర్యాదు చేశారు. రాయ్ ఆ వ్యాసాన్ని పూర్తిగా బలపరిచారు. రామకృష్ణారావుకు కనువిప్పు కలిగింది.

పత్రికలపట్ల, పత్రికా స్వేచ్ఛ పట్ల ఆయనకు స్పష్టమైన అభిప్రాయాలుండేవి. 'పత్రికా రచన ఒక నైతిక ప్రక్రియ. పత్రికా లోకం పతనమైతే జాతి జీవనాడుల్లో ఒక ప్రధాన నాడి దెబ్బ తిని పోయి జీవిత గమనం తరిగిపోయినట్లు భావించవలసి వుంది' అనేది వారి నిశ్చితాభిప్రాయం. నిలకడగల ప్రజాస్వామ్యం వర్ధిల్లాలంటే పత్రికా లోకానికి సంపూర్ణ స్వాతంత్ర్యముండాలంటారు. ఆంధ్రరాష్ట్ర జర్నలిస్టుల సమాఖ్యకు ఉపాధ్యక్షులుగా చాలాకాలం పనిచేశారు.

తెనాలి 'లయన్స్ క్లబ్' అధ్యక్షులుగా పనిచేశారు. తెనాలి మునిసిపల్ కౌన్సిల్‌కు రెండుసార్లు ఎన్నికయ్యారు. 1955లో తెనాలి మున్సిపాలిటీ చైర్మన్‌గా ఏకగ్రీవంగా ఎన్నికయ్యారు. బత్తుల రామిరెడ్డితో కలసి రెడ్‌క్రాస్ సంస్థను స్థాపించి ప్రజలకు సేవలందించారు.

1963లో అమెరికా ప్రభుత్వం ఎ.జి.కె.ని తమ దేశంలో అధికారికంగా రెండు నెలల పాటు పర్యటించవలసిందిగా ఆహ్వానం పంపింది. ఈ విషయం తెలిసి మిత్రులంతా సంతోషించారు. కొందరు మాత్రం అసూయ చెంది అడ్డంకులు సృష్టించడానికి ప్రయత్నించారు. అమెరికా పర్యటనలో వివేకానందను పొగడమని సలహాలిచ్చారు. ఎవరైనా అడిగితే వున్నది వున్నట్లుగానే చెబుతానన్నారు ఎ.జి.కె.

అమెరికా పర్యటనలో ఎ.జి.కె. నెహ్రూ విధానాలపై విమర్శలు చేశారు. అది సహించని అమెరికాలో భారత రాయబారి బి.కె. నెహ్రూ ఎ.జి.కె. ఇండియాకు తిప్పి

పంపించి వేస్తానని బెదిరించాడు. తాను బెదరలేదు సరికదా, నెహ్రూను విమర్శించడం మాననని తేల్చి చెప్పాడు.

అమెరికా పర్యటనలో వున్న ఎ.జి.కె.కు కాలిఫోర్నియా రాష్ట్రంలోని ఫ్రెస్నో మునిసిపాలిటీవారు అరుదైన గౌరవాన్ని అందించారు. ఫ్రేస్నో మునిసిపాలిటీకి ఎ.జి.కె.ని ఒకరోజు గౌరవాధ్యక్షులుగా నియమించి సత్కరించారు. బహుశా ఇటువంటి విశిష్ట గౌరవాన్ని అమెరికాలో అందుకున్న తొలి వ్యక్తి వీరే కావచ్చు.

కవిరాజు రామస్వామి రచించిన 'వివాహ విధి' పద్ధతిలో కొద్దిగా మార్పులు చేర్పులు చేసి నూతన పద్ధతిలో వివాహాలు నిర్వహించేవారు. వివాహ వేదికల మీద ఆయన చేసిన ప్రసంగాలు భావ విప్లవ స్ఫోరకాలుగా వుండేవి. రాష్ట్రం నలుమూలలా అసంఖ్యాకంగా ఇటువంటి పద్ధతిలో వివాహాలు నిర్వహించారు. కులాంతర వివాహాలను బాగా ప్రోత్సహించేవారు.

'సాహిత్యంలో ఔచిత్యం' అనే అంశంపై ఎ.జి.కె. చేసిన ఉపన్యాసాన్ని భాస్కరరావు (స్ఫూర్తిశ్రీ) వ్రాసి పంపగా ఆంధ్ర పత్రికలో ప్రచురితమైంది. అందులో నన్నయ మొదలుకొని అనేకమంది కవుల అనౌచిత్యాలను ఘాటుగా విమర్శించారు. అది వాదోపవాదాలకు దారితీసింది. విశ్వనాథ సత్యనారాయణ రచించిన వేయి పడగలు మొదలుకొని రామాయణ కల్పవృక్షం వరకు అన్నిటిపై ఎ.జి.కె. విమర్శనాస్త్రాలు ఎక్కుపెట్టారు. విశ్వనాథ సత్యనారాయణ, జాషువాల మధ్య జరిగిన సాహిత్య పోరాటంలో ఎ.జి.కె, జాషువా పక్షాన నిలిచి అభ్యుదయవాదుల ప్రశంసలనందుకున్నారు. బుద్ధునిపై విశ్వనాథ సత్యనారాయణ చేసిన అనౌచిత్య విమర్శలపై పెద్ద ఉద్యమాన్నే లేవదీశారు. పాఠ్యగ్రంథాల నుండి బుద్ధుడిని రాక్షసుడిగా చిత్రించిన భాగాలను తొలగించేవరకు నాటి విద్యాశాఖమంత్రి పట్టాభిరామారావుపై విమర్శలను కొనసాగించారు.

'లోకం టక్కు నేర్పెడి కవుల ఘంటాల వ్రాతను తిరస్కరించి, చారిత్రక దృష్టితో, సత్యదృష్టితో చూడడం నేర్చుకోవాలి. వ్యత్యాస దృష్టికి పోయి, న్యూనతాభావాలు

సమసిపోయి, మానవతా విలువలను నిలబెట్టుటకై కృషి ప్రారంభింపవలసి వుంది' అనేది ఎ.జి.కె. భావం.

"మానవుని మనస్సును విప్పారజేసి, స్వేచ్ఛగా భాసింపజేసి, అవరోధాలను తొలగించి, అన్వయాన్ని ప్రధానంగా గరపి, పరులకు నొప్పిలేని రీతిలో నడిపే దీప్తి సంస్కృతి, అది దేశీయము కాదు. జాతీయము కాదు. వర్ణీయము కాదు. ప్రాంతీయము కాదు. అది జాతీయత దేశ కాలావచ్ఛిన్నంగా నడిచే వికాస పునర్వికాస ఉద్యమం" అనేది ఎ.జి.కె. మానవవాద దృక్పథానికి గీటురాయి.

మానవత, వ్యక్తిత్వం, హేతువాదం ఈ మూడు సూత్రాల్ని ప్రధానంగా దృష్టిలో వుంచుకొని, ఆచరణలో అన్వయం చేయగలిగిన విధానాలు, తద్విధానాల ప్రచారకులు రావాలి, అదే నేటి యుగ సమస్య అనేవారు ఎ.జి.కె.

మహిళల స్వేచ్ఛా స్వాతంత్ర్యాలకై కృషి చేశారు. మహిళా సంఘాలను స్థాపించారు. చేనేత కార్మికులు, వెనుకబడిన తరగతుల వారు, దళితులు, గిరిజనులు, ఇలా అన్ని వర్గాల వారి అభ్యున్నతికి కృషి చేశారు.

గుండె జబ్బుతో 1966 సెప్టెంబరు 6వ తేదీన ఆకస్మికంగా మరణించారు. వారి మరణం మన రాష్ట్రానికి, దేశానికేగాక ప్రపంచ మానవవాద ఉద్యమానికే తీరని లోటుగా పరిణమించింది.

భారత హేతువాద సంఘాధ్యక్షులు రావిపూడి వెంకటాద్రి గారన్నట్లు "ఆవుల గోపాల కృష్ణమూర్తిగారు ఉత్తేజం పొందింది కవిరాజు పోరాటం వల్లనే. ఆ పోరాటం సాంఘిక మౌఢ్యం యొక్క మూలకుదుళ్ళ మీదనే. కులతత్వం, మతం, దైవం వీటన్నిటినీ గారడీ చేసి ప్రజలను మైమరపిస్తున్న శ్రుతి, స్మృతి పురాణ ఇతిహాసాది హిందూమత ప్రామాణిక గ్రంథాలు వెదజల్లుతున్న దుర్గంధ భూయిష్టమైన భావ పరంపరమీదనే".

ఆవుల గోపాలకృష్ణమూర్తి సాధించిన భావ విప్లవ పోరాటాన్ని కొనసాగించి భావితరాలకు అందజేయడమే మనం ఆ మహనీయునికి సమర్పించే నిజమైన నివాళి.

నేడు ఎ.జి.కె. 45వ వర్ధంతి సందర్భంగా వారి భావాలను గ్రహించి ఆదరించడం మన ముందున్న మహత్తరమైన కర్తవ్యం.

- హేతువాది, అక్టోబరు 2010

మానవవాద విప్లవ తత్వవేత్త మానవేంద్రనాథ్‌రాయ్

''ఘర్షణ పడుతున్న ఆధునిక రాజకీయ విధానాలన్నిటికీ కన్సర్వేటివ్, లిబరల్, సోషలిస్టు, కమ్యూనిస్టు ఆలోచనా విధానాలకు ఒక్క విషయం సామాన్యంగా వుంది. మనిషిని మందిలో కలపడం. సమాజం మానవుడి సృష్టి, చరిత్ర మానవుడి కార్యకలాపాల భోగట్టా. రాజకీయ వ్యవస్థలు మానవుడిచేత సృష్టించబడతాయి. అయినా మానవుడి సృష్టి కార్యాలు మానవుణ్ణి శూన్యానికి దిగజార్చాయి. స్రష్టను అతని సృష్టికే పూర్తిగా అధీనుడిని చేసివేయడమే నేటి క్లిష్టపరిస్థితిలోని అంతరార్థం. అందువల్ల మానవవాద పునరుజ్జీవనమే మానవుణ్ణి అతని స్థానంలోకి, అంటే ప్రధానంగా, సర్వసత్తాకమైన స్థానంలోకి తీసుకొనిపోవడమే ఈ క్లిష్ట పరిస్థితికి పరిష్కారమార్గం'' రీజన్, రొమాంటిసిజం, రెవెల్యూషన్ అనే తన గ్రంథంలో ఎం.ఎన్. రాయ్ చేసిన సమకాలీన సామాజిక సిద్ధాంతాల విశ్లేషణా సారంగా దీన్ని భావించవచ్చు.

ఎం.ఎన్. రాయ్‌గా ప్రసిద్ధుడైన మానవేంద్రనాత్ రాయ్ వివేకోద్వేగాలు మూర్తీభవించిన అఖండ మేధావి. తీవ్ర జాతీయవాదిగా బయలుదేరి, అంతర్జాతీయస్థాయి కమ్యూనిస్టునేతగా, రాడికల్ హ్యూమనిస్ట్ విప్లవ తత్వవేత్తగా ఎదిగిన రాయ్ జీవితం ఆద్యంతం ఉత్కంఠభరితం. ఖండఖండాంతరాలలో పర్యటించి, అనేక భాషలు నేర్చి, అమూల్యమైన రచనలు చేసి, విప్లవోద్యమాలను నడిపిన ప్రతిభా సంపన్నుడు రాయ్.

ఆధునిక విజ్ఞానశాస్త్రాలను అధ్యయనం చేసి, తన అనుభవాలను రంగరించి రాడికల్ హ్యూమనిజమనే విప్లవతత్వాన్ని నిర్మించి, మానవాళికందించిన మహనీయుడు రాయ్. సత్యాన్వేషణ, స్వేచ్ఛా పిపాసలనే జీవిత లక్ష్యాలుగా చేసుకొని జీవితాంతం వాటికోసమే తపించిన మానవవాద తత్వవేత్త రాయ్.

బెంగాలులోని 24 పరగణాల జిల్లాలో అర్బేలియా గ్రామంలో సాధారణ

కుటుంబంలో 1887 మార్చి 21న జన్మించాడు రాయ్. తల్లిదండ్రులు పెట్టిన పేరు నరేంద్రనాథ భట్టాచార్య. 14 సంవత్సరాల పిన్నవయస్సులో, విద్యార్థి దశలో వుండగానే రహస్య విప్లవ కార్యకలాపాల్లో పాల్గొన్నాడు. ఇరవై ఏళ్ళ వయసులోనే అరెస్టయి, జైలు జీవితం గడిపాడు. నిర్దోషిగా బయటపడ్డాడు.

జతిన్ ముఖర్జీ వంటి విప్లవ నాయకులతో కలిసి దేశంలోని బ్రిటిష్ పాలనను కూలదోసే నిమిత్తం సాయుధ తిరుగుబాటుకు ప్రణాళికను రూపొందించాడు. దాన్ని అమలు చేయడానికి కావలసిన ఆయుధాలకోసం బటేవియా, జపాన్, చైనా దేశాలు తిరిగాడు. జర్మన్‌ల సహకారంకోసం ఎదురుచూసి నిరాశ చెందాడు. ఈలోగా జతిన్ ముఖర్జీ పోలీసు కాల్పుల్లో మరణించినట్లు తెలుసుకున్నాడు. సాయుధ తిరుగుబాటు విజయావకాశాలు దెబ్బతిన్నట్లు గ్రహించాడు. అయినప్పటికీ జర్మన్ రాయబారి సలహానుసరించి బెర్లిన్ వెళ్లడానికి నిర్ణయించుకుని, పసిఫిక్ సముద్రాన్ని దాటి 1916 జూన్ 14న శాన్‌ఫ్రాన్సిస్కోలో అడుగుపెట్టాడు.

తన రాక పత్రికల్లో రావడంతో పోలీసుల దృష్టిలో పడ్డాడు. వెంటనే పొరుగు పట్టణం పాలో ఆల్టోకు వెళ్లాడు. అది స్టాన్‌ఫర్డ్ విశ్వవిద్యాలయానికి స్థానం. అక్కడే నరేన్ తన పేరును ఎం.ఎన్. రాయ్‌గా మార్చుకున్నాడు. అక్కడే సోషలిజంపై మౌలిక గ్రంథాలను అధ్యయనం చేసి సోషలిస్టుగా మారాడు.

శాన్‌ఫ్రాన్సిస్కోలో రాయ్ మీద 'హిందూ జర్మన్' కుట్రకేసు పెట్టారు. విచారణలో వుండగానే వ్యక్తిగత పూచీకత్తుపై విడుదలై పోలీసుల కన్నుగప్పి 1917లో పొరుగుదేశమైన మెక్సికో చేరాడు. మెక్సికో సోషలిస్టు పార్టీలో చేరి దాని ప్రధాన కార్యదర్శి అయ్యాడు. 1919లో ప్రసిద్ధ కమ్యూనిస్టు నాయకుడైన బొరోడిన్ సాహచర్యంతో పూర్తిస్థాయి కమ్యూనిస్టుగా మారాడు. మెక్సికన్ సోషలిస్ట్ పార్టీని మెక్సికన్ కమ్యూనిస్టు పార్టీగా మార్చాడు. ఈవిధంగా రాయ్ రష్యా వెలుపలి మొదటి కమ్యూనిస్టు పార్టీ స్థాపకుడయ్యాడు.

రష్యా ఆహ్వానం మేరకు 1920 జులై 16వ తేదీ నుండి ఆగస్టు 17వ తేదీ వరకు

రష్యాలో జరిగిన అంతర్జాతీయ కమ్యూనిస్టు ద్వితీయ మహాసభల్లో రాయ్ పాల్గొన్నాడు. అప్పుడే జాతీయ వలసల సిద్ధాంతంపై ప్రధాన చర్చ జరిగింది. వలస దేశాల్లో కమ్యూనిస్టులు అవలంబించాల్సిన విధానం గురించి లెనిన్‌తో విభేదించాడు రాయ్. లెనిన్ కోరిక మేరకు రాయ్ తన సిద్ధాంతాన్ని ప్రతిపాదించాడు.

దేశీయ బూర్జువాల నాయకత్వంలోని వలసదేశాల జాతీయోద్యమాలకు కమ్యూనిస్టులు అండగా వుండాలనేది లెనిన్ సిద్ధాంతం. దానికి భిన్నంగా వలస దేశాల్లోని జాతీయ విమోచనోద్యమాలు కమ్యూనిస్టు నాయకత్వంలోని కార్మికుల, వ్యవసాయ కూలీల ఆధ్వర్యంలో మాత్రమే అభివృద్ధి చెందగలవనేది రాయ్ సిద్ధాంతం. అంతర్జాతీయ కమ్యూనిస్టు మహాసభ ఆ రెండు సిద్ధాంతాలను ఆమోదించినా రాయ్ చేసిన విశ్లేషణతోనే చరిత్ర ఏకీభవించినట్లు రుజువైంది.

అనతికాలంలోనే రాయ్ అంతర్జాతీయ కమ్యూనిస్టు సంస్థలన్నిటిలోను అత్యంత ప్రధానమైన నాయకుడిగా రూపొందాడు. 1920 అక్టోబరు 17వ తేదీన రాయ్ తాష్కెంట్‌లో 'కమ్యూనిస్టు పార్టీ ఆఫ్ ఇండియా'ను స్థాపించాడు. భారత భూభాగంపై భారత కమ్యూనిస్టు పార్టీ 1925 డిసెంబరులో ప్రారంభమైంది. రాయ్ భారతదేశంలో కమ్యూనిస్టు పార్టీ అభివృద్ధికి విశేషంగా కృషి చేశాడు. ఆ సందర్భంగానే 'సంధి దశలో భారతదేశం' (ఇండియా ఇన్ ట్రాన్సిషన్) అనే ఉద్గ్రంథాన్ని రచించాడు.

1926 చివరినాటికి రాయ్ కమ్యూనిస్టు ఇంటర్నేషనల్‌లో అత్యున్నత స్థానానికి ఎదిగాడు. కమింటర్న్ ప్రిసీడియం, పొలిటికల్ సెక్రెటేరియట్, ఎగ్జిక్యూటివ్ కమిటీ, వరల్డ్ కాంగ్రెస్ అనే నాలుగు అధికార విధాన నిర్ణాయక కమిటీలన్నిటిలోను రాయ్ సభ్యుడిగా ఎన్నికైనాడు. భారత కమ్యూనిస్టు ఉద్యమానికి రాయ్ రాజకీయంగా, సిద్ధాంతపరంగా మార్గదర్శిగా కొనసాగాడు.

చైనాలో కమ్యూనిస్టు విప్లవాన్ని పర్యవేక్షించడానికి రాయ్ ఎంపికయ్యాడు. 1927లో రాయ్ చైనా వెళ్ళి అక్కడి పరిస్థితిని సమీక్షించాడు. వ్యవసాయ కూలీల ఆర్థికపరమైన కోరికలపై ఆధారపడిన వ్యవసాయ విప్లవంగా చైనా విప్లవం

రూపొందాలన్నదే రాయ్ సిద్ధాంతం. దానికి భిన్నంగా వ్యవసాయ కూలీల, శ్రామికుల ఉద్యమాలను నిరోధించే విధానాలను అవలంబింఇనప్పటికీ, కొమింటాంగ్‌తో మాత్రం సంబంధాలను కొనసాగించాలని చైనా విప్లవాన్ని పర్యవేక్షించడానికొచ్చిన బరోడిన్ అభిప్రాయపడ్డాడు. రాయ్ ఈ సమస్యను మాస్కోకు తెలియజేశాడు. కొమింటాంగ్‌తో ఐక్యంగా వుంటూనే శక్తివంతమైన వ్యవసాయ కూలీల ఉద్యమాన్ని వృద్ధి చేయాలని స్టాలిన్ నుండి టెలిగ్రాం వచ్చింది. ఫలితంగా రాయ్ ప్రతిపాదించిన వ్యవసాయ విప్లవ పథకం అమలు కాలేదు. రాయ్, బరోడిన్‌లు మాస్కో తిరిగి వెళ్లవలసి వచ్చింది. అయినా అనేక సంవత్సరాల తరువాత మావోసేటుంగ్ నాయకత్వంలోని చైనా కమ్యూనిస్ట్ పార్టీ చైనాలో విప్లవాన్ని తీసుకురావడంలో విజయవంతమైంది. అది ప్రధానంగా వ్యవసాయక విప్లవం కావడం రాయ్ సిద్ధాంతానికి నిదర్శనమైంది.

రాయ్ చైనా నుండి మాస్కోకు తిరిగి వచ్చేటప్పటికి అక్కడి పరిస్థితులు తనకు వ్యతిరేకంగా మారినట్లు గమనించాడు. స్టాలిన్ హయాంలో స్వతంత్ర ఆలోచన చేసే తనవంటి వారికి స్థానం లేదని గ్రమించాడు. మిత్రుల సహకారంతో 1928లో రాయ్ రహస్యంగా రష్యానుండి బయటపడ్డాడు. బెర్లిన్ చేరాడు. జర్మన్ పత్రికల్లో కమింటర్న్ అభిప్రాయాలకు భిన్నంగా రాసినందుకు 1929లో రాయ్‌ని కమ్యూనిస్టు ఇంటర్నేషనల్ నుండి తొలగిస్తున్నట్లు కమింటర్న్ కార్యవర్గం పత్రికా ప్రకటన చేసింది. రాయ్ బెర్లిన్‌లో తన చెవి వ్యాధికి ఆపరేషన్ చేయించుకుని కోలుకుంటున్న తరుణంలోనే ‘చైనాలో విప్లవం ప్రతి విప్లవం’ (Revolution and Counter Revolution in China) అనే బృహద్గ్రంథాన్ని రచించాడు.

భారతదేశానికి వెళ్తే తనను అరెస్టు చేస్తారని తెలిసినప్పటికీ, మిత్రులు వారించినప్పటికీ రాయ్ 1930 డిసెంబర్ 11న రహస్యంగా భారత్ చేరాడు. డా॥ మహమ్మద్‌గా ఏడు నెలలు అజ్ఞాతంగా గడిపిన రాయ్, కరాచీ కాంగ్రెస్ మహాసభలకు కూడా హాజరై జవహర్‌లాల్ నెహ్రూను కలిశాడు. ప్రాథమిక హక్కులు, జాతీయ ఆర్థిక విధానాలపై తీర్మానాలను రూపొందించడంలో నెహ్రూకు సహకరించాడు.

భారతదేశంలో రాజద్రోహ నేరానికి రాయ్‌పై 1924లో కాన్పూరు కుట్రకేసు నమోదైంది. చివరికి 1931 జులై 26న బొంబాయిలో రాయ్‌ని అరెస్టు చేశారు.

1931 జులై 26 నుండి 1936 నవంబరు 20 వరకు రాయ్ జైలులో వున్నాడు. అతనిపై విచారణ కోర్టులో కాక జైలులోనే జరిగింది. తన కేసును తానే వాదించుకున్నాడు. అతని వాదనను రహస్యంగా బయటకు తీసికెళ్ళి 'మై డిఫెన్స్' అనే శీర్షిక కింద పుస్తకంగా ప్రచురించారు. రాయ్‌ని విచారించింది జ్యూరీ కాదు, అసెసర్లు. నలుగురు అసెసర్లలో ఇద్దరు రాయ్‌ని నిర్దోషిగా భావించినా న్యాయమూర్తి రాయ్‌ని దోషిగా భావించి 12 సంవత్సరాల కఠిన కారాగార శిక్షను విధించాడు. అలహాబాద్ హైకోర్టులో అప్పీలు చేసుకున్నాక ఆ శిక్షను 6 సంవత్సరాలకు తగ్గించారు. 1931లోనే ప్రపంచ ప్రఖ్యాత శాస్త్రవేత్త ఐన్‌స్టీన్ బ్రిటిష్ పాలకులకు ఒక లేఖ రాశాడు. 'ఎం.ఎన్. రాయ్ మేధావి. ఆయనను గౌరవంగా చూడండి' అనేది ఆ లేఖ సారాంశం. ఎం.ఎన్. రాయ్ పట్ల ఐన్‌స్టీన్‌కు ప్రత్యేకమైన అభిమానం వుండటం, వారిరువురికి పరిచయముందని తెలియడం చాలామందిని ఆశ్చర్యపరిచింది.

జైలులో రాయ్ అనేక ఆధునిక శాస్త్ర గ్రంథాలను కూలంకషంగా అధ్యయనం చేశాడు. దాదాపు 9000 పేజీల అమూల్యమైన రచనలు చేశాడు. వాటిలో ఫాసిజం, హిస్టారికల్ రోల్ ఆఫ్ ఇస్లాం, మెటీరియలిజం, హెర్సీస్ ఆఫ్ ది ట్వంటియత్ సెంచరీ, ఐడియల్ ఆఫ్ ఇండియన్ ఉమన్‌హుడ్ వున్నాయి. ఆధునిక విజ్ఞానశాస్త్ర తాత్విక ఫలితాలను రాయ్ ఆ రచనలలోనే పొందుపరిచాడు.

1936 నవంబర్ 20వ తేదీన రాయ్ జైలు నుండి విడుదలయ్యాడు. వెంటనే భారత జాతీయ కాంగ్రెస్‌లో చేరి విశేషంగా కృషి చేశాడు. 1939లో రెండవ ప్రపంచ యుద్ధం ప్రారంభమైంది. వెంటనే రాయ్ 'ఇండియా అండ్ వార్' అనే తన సిద్ధాంతాన్ని తయారుచేశాడు. అదొక అద్భుతమైన రచన. రెండవ ప్రపంచ యుద్ధం సామ్రాజ్యవాద యుద్ధం కాదని, ఫాసిస్టు వ్యతిరేక యుద్ధమని, ప్రపంచవ్యాప్తంగా ప్రజాస్వామ్య మనుగడకే ముప్పు వాటిల్లిందనీ, అందువల్ల మిత్రపక్షాల యుద్ధ యత్నాలను సర్వవిధాలుగా

సమర్థించవలసిన అవసరం వుందని రాయ్ తన సిద్ధాంతంలో తీర్మానించాడు.

ఫాసిజం గనుక ఐరోపా అంతటా తన ఆధిపత్యాన్ని స్థాపించడంలో విజయం పొందితే, విప్లవానికి, భారత స్వాతంత్ర్యానికి వీడ్కోలు చెప్పవలసిందేనని రాయ్ ప్రకటించాడు. ఫాసిస్టు ఓటమి సామ్రాజ్యవాదాన్ని బలహీనపరుస్తుందని, తద్వారా భారతదేశంతో పాటు వలస దేశాలన్నీ విముక్తి పొందుతాయని రాయ్ చెప్పిన జోస్యం వాస్తవమని రుజువైంది.

సంప్రదాయకంగా బ్రిటిష్ వ్యతిరేకులైన భారతీయులకు రాయ్ భావాలు మింగుడు పడలేదు. యుద్ధ స్వభావం అర్థం కాని కమ్యూనిస్టులు రాయ్‌ని 'సామ్రాజ్యవాదుల బంటు' అని ముద్ర వేసి ప్రచారం చేశారు. తరువాత వారే ఆ యుద్ధాన్ని 'ప్రజాయుద్ధం'గా అంగీకరించారు. యుద్ధంలో బ్రిటిష్ వారికి సహకరించడానికి ఎటువంటి షరతులు పెట్టరాదని రాయ్ వాదించాడు. దీంతో కాంగ్రెస్ పూర్తిగా విభేదించింది. ఈ విభేదం చీలికకు దారితీసింది. రాయ్ తన సిద్ధాంతాల కోసం కీర్తిప్రతిష్టలనే వదులుకోడానికి సిద్ధపడ్డాడు. అదే రాయ్ స్వభావం. చివరికి రాయ్, అతని అనుచరులు కాంగ్రెస్‌ను వీడి 1940 డిసెంబరులో వేరుగా 'రాడికల్ డెమోక్రటిక్ పార్టీ'ని స్థాపించుకున్నారు.

1942 ఆగస్టులో జపాన్ సైన్యం భారత తూర్పు సరిహద్దులో మోహరించింది. జపాన్ వెళ్ళిన సుభాష్ చంద్రబోస్ ప్రతిరోజూ టోక్యో రేడియో ద్వారా ''భారత సరిహద్దుల్లోని జపాన్ సైన్యాన్ని'' ఆహ్వానించవలసిందిగా తన అనుచరులకు విజ్ఞప్తి చేసేవాడు. 1942 ఆగస్టు 9వ తేదీన భారత జాతీయ కాంగ్రెస్ 'క్విట్ ఇండియా' ఉద్యమాన్ని ప్రారంభించింది. ఆ ఉద్యమం విజయం సాధించి వుంటే జపాన్ ఫాసిస్టు సైన్యానికది 'ఎంటర్ ఇండియా' ఉద్యమంగా మారివుండేది.

యుద్ధం ఫలితంగా బ్రిటన్‌లోను, ఇతర మిత్రపక్ష దేశాల్లోను సంభవించే సామాజిక, ఆర్థిక పరిస్థితుల మార్పుల ఫలితంగానే భారతదేశానికి, ఇతర వలస దేశాలకు స్వాతంత్ర్యం లభించింది. రాయ్ వెంటనే భారతదేశ నిర్మాణంపై దృష్టిని కేంద్రీకరించాడు. 'భారతదేశ ఆర్థికాభివృద్ధికి ప్రజా ప్రణాళిక, 'స్వతంత్ర భారత రాజ్యాంగ

ముసాయిదా' అనే రచనలు చేసి దేశ రాజకీయ, ఆర్థిక సమస్యలకు పరిష్కారాన్ని సూచించాడు.

1946 నాటికే రాయ్ కమ్యూనిస్టు సిద్ధాంతాన్ని పూర్తిగా తిరస్కరించాడు. 1946 డిసెంబరులో బొంబాయిలో జరిగిన రాడికల్ డెమోక్రటిక్ పార్టీ మహాసభలలో రాయ్ తాను చెప్పదలచుకున్న తత్వసారాన్ని 22 సిద్ధాంతాల రూపంలో ప్రతిపాదించాడు. అవే రాడికల్ హ్యూమనిస్ట్ సూత్రాలుగా రూపొందాయి.

పార్టీ రాజకీయాలు ప్రజాస్వామ్య లక్ష్యానికి విరుద్ధమని, అవి తప్పనిసరిగా అధికార రాజకీయాలుగా భ్రష్టమవుతాయనే నిర్ణయానికి రాయ్ వచ్చాడు. ఫలితంగా 1948 డిసెంబరులో కలకత్తాలో జరిగిన అఖిల భారత మహాసభలో రాడికల్ డెమోక్రటిక్ పార్టీని రద్దు చేశాడు. రాజకీయాలను గురించి, రాజకీయ పార్టీలను గురించి రాయ్ చేసిన ఉపన్యాసాలు 'రాజకీయాలు, అధికారం, పార్టీలు' (Politics, Power and Parties) అనే పుస్తకరూపం దాల్చాయి. ఆ గ్రంథంలో రాయ్ చేసిన విశ్లేషణ నూటికి నూరుపాళ్లు సరైనదని, ఈనాటి భారత రాజకీయాలు రుజువు చేస్తున్నాయి.

అన్ని రాజకీయ పార్టీలు ఎలాంటి అక్రమాలకు పాల్పడడానికీ వెనుకాడడంలేదు. అధికారాన్ని పొందడమే అన్ని రాజకీయ పార్టీల లక్ష్యంగా మారిపోయింది. అలాగే, పొందిన అధికారాన్ని నిలబెట్టుకోవడానికి ఎంతటి నీచానికైనా దిగజారడానికి అన్ని రాజకీయ పార్టీలు సిద్ధపడుతున్నాయి. ఈ రకంగా 'ప్రజలే స్వాములు'గా వుండవలసిన ప్రజాస్వామ్యం పార్టీ స్వామ్యంగా మారిపోయింది. పార్టీ స్వామ్యం పార్టీ నాయక స్వామ్యంగా దిగజారిపోయింది. అవినీతి, బంధుప్రీతి, స్వార్థం, నిరంకుశత్వం, దౌర్జన్యం వంటి అవలక్షణాలన్నీ పార్టీ రాజకీయాల్లో స్థిరపడిపోయాయి. ఈ లక్షణాలను పార్టీలు వదులుకోలేవు కాని మనమే పార్టీ రాజకీయాలను వదులుకోవాల్సిన సమయం వచ్చింది.

రాయ్ 1952లో ఏర్పడిన అంతర్జాతీయ మానవవాద నైతిక సంఘానికి ఉపాధ్యక్షుడిగా ఎన్నికయ్యాడు. రాడికల్ డెమోక్రటిక్ పార్టీ రద్దయ్యాక రాడికల్ హ్యూమనిస్టు ఉద్యమాన్ని ప్రారంభించాడు.

1952 జూన్ 11న రాయ్, ఎలెన్‌లు డెహ్రాడూన్ సమీపంలోని ముస్సోరిలో ఉదయం వాహ్యాళిగా నడుస్తుండగా ప్రమాదవశాత్తు రాయ్ కాలుజారి 50 అడుగుల లోయలోకి దొర్లుకుంటూ పడిపోయాడు. చికిత్స పొందినా పూర్తిగా కోలుకోలేకపోయాడు.

చివరి దశలో 'వివేకం, ఉద్వేగం, విప్లవం' (Reason, Romanticism and Revolution) అనే అమూల్యమైన ఉద్గ్రంథాన్ని రెండు సంపుటాలుగా రచించాడు. మానవాభ్యుదయంలో వివేకంతో కూడిన విప్లవాత్మక భావాల పాత్రకు పట్టం కడుతూ రాసిన గ్రంథమిది. వివేకంతో కూడిన ఉద్వేగవాదం, ఉద్వేగంతో ఉత్తేజం పొందిన హేతువాదం విజయవంతమైన విప్లవాలకు బాటలు వేస్తాయని అందులో రాయ్ విశ్లేషించాడు.

తరువాత రాయ్ స్మృతులను రాయడం ప్రారంభించి అవి పూర్తి కాకముందే 1954 జనవరి 25న గుండెపోటు వల్ల కన్ను మూశాడు. అతని జీవితాన్ని నడిపిన మౌలిక ప్రేరణ స్వేచ్ఛ. దానిని కాపాడడానికే ఆధునిక విజ్ఞాన శాస్త్రం మీద ఆధారపడిన రాడికల్ హ్యూమనిజమనే విప్లవతత్వాన్ని మానవాళికి అందించాడు. అదే అతడిని అమరుడిని చేసింది.

నవ్యమానవవాదంగా పిలువబడే రాడికల్ హ్యూమనిజాన్ని గురించి తెలుసుకొని ఆచరించడమే మనం ఆ మహనీయునికి అర్పించే నిజమైన నివాళి.

- హేతువాది, మార్చి 2011

హేతువాదం - జీవన విధానం

హేతువాదం విస్తృతమైన అర్థాన్నిచ్చే పదం. హేతువాదం గురించి చాలా రకాలుగా చెప్పుకొన్నాం. ఎన్ని రకాలుగా చెప్పుకొన్నా అవన్నీ దాని వైవిధ్యాన్నే తెలియజేస్తాయిగాని వైరుధ్యాలకు తావుండదు.

హేతువాదం ఒక సిద్ధాంతం కాదని, కేవల తర్కం కాదని, కార్యకారణ సంబంధాలను వివరించడంతోనే అది ఆగిపోదని, ప్రకృతి సూత్రాలను వివరించడానికే అది పరిమితం కాదని, సర్వ విషయాలకు అది వర్తిస్తుందని ముందుగా తెలుసుకోవాలి. అందువల్ల హేతువాదం వాస్తవాలను తెలుసుకోడానికి ఉపయోగపడే ఆలోచనా విధానమని గుర్తించాలి. అప్పుడే దాని బహుముఖ స్వరూప స్వభావాలు మనకవగతమవుతాయి.

హేతువాద లక్ష్యం మానవవాదం. మానవవాదం మానవుడి శ్రేయస్సుకు, స్వేచ్ఛా స్వాతంత్ర్యాలకు అత్యంత ప్రాధాన్యతనిచ్చే జీవన విధానం. ఆవిధంగా వ్యక్తివాదం, స్వేచ్ఛావాదం, నైతికవాదం మానవవాదంలో ప్రధాన భూమికను కలిగివుంటాయి.

ఆదిమ మానవుడి నుండి ఆధునిక మానవుడిదాకా కొనసాగుతున్న జీవనపోరాటమంతా స్వేచ్ఛా పోరాటమే. ఈ పోరాటం కేవలం ఆర్థిక విషయాలమీద ఆధారపడి సాగుతున్న వర్గపోరాటం కాదు. ఇతరుల మీద పెత్తనం చెలాయించడానికి కావలసిన అధికారాన్ని పొందడానికి చేసే రాజకీయ అధికార పోరాటం కాదు.

వివేక సంకల్పాల స్థాయిలో ఉన్నతమైన జీవనాన్ని గడపడానికి మానవుడు కొనసాగిస్తున్న ఈ పోరాటం ప్రధానంగా నైతిక పోరాటమే. ఆవిధంగా అది నైతిక భావపోరాటమే.

నేడు సమాజమంతటా అప్రజాస్వామిక భావాలు, అనైతిక భావాలు,

అసంబద్ధమైన భావాలు విచ్చలవిడిగా వ్యాపించివున్నాయి. సత్యాలు, అసత్యాలుగా, అసత్యాలు సత్యాలుగా ప్రచారం పొందుతున్నాయి. ఇటువంటి భావాలన్నీ ఆచార సంప్రదాయాల రూపంలో ఒక తరం నుండి మరో తరానికి వారసత్వంగా సంక్రమిస్తున్నాయి. అవన్నీ మానవుడిలో సహజసిద్ధంగా వున్న హేతుత్వాన్ని పని చేయనివ్వకుండా అడ్డుపడుతున్నాయి.

ఈ సందర్భంగా ఇటీవల కాలంలో కొందరు మిత్రులు లేవనెత్తిన కొన్ని ప్రశ్నలను, సందేహాలను పరిశీలించి, సమాధానాలు చెప్పుకోవలసి వుంది. ముందుగా ఆ ప్రశ్నలు, సందేహాలు ఏమిటో చూద్దాం.

మతస్తులందరికీ పండుగలు, పెళ్ళిళ్ళు, చావులో పాటించాల్సిన ప్రత్యేకమైన కార్యక్రమాలున్నాయి. వాటికి ప్రత్యామ్నాయంగా హేతువాదులు, నాస్తికులు, మానవవాదులు ఆయా సందర్భాలలో పాటించడానికి ప్రత్యేకమైన నియమాలుగాని, కార్యక్రమాలుగాని, ప్రణాళికలు గాని లేవు. అందువల్లనే వారంతా అటువంటి సందర్భాలలో తిరిగి పురోహితులు, మంత్రతంత్రాలతో కూడిన పాత ఆచార సంప్రదాయాలను, కర్మకాండలను పాటిస్తున్నారు. కావున హేతువాదులు, నాస్తికులు, మానవవాదులు అటువంటి సందర్భాలలో పాటించడానికి వీలుగా సెక్యులర్ పద్ధతులను, నియమాలను, కార్యక్రమాలను రూపొందించుకోవాల్సిన అవసరం వుంది. ఆ దిశగా ఆశించిన కృషి జరగడం లేదనేది ప్రధానమైన ఆరోపణ.

వాస్తవానికి హేతువాదులు, నాస్తికులు, మానవవాదులు వారికున్న అవగాహనను బట్టే ఆయా సందర్భాలలో జరిగే చాలా కార్యక్రమాలలో పాల్గొంటుంటారు. వివాహాలలోగాని, చావులలోగాని, ఇతర సందర్భాలలోగాని పురోహితులకు, మంత్రతంత్రాలకు, కర్మకాండకు తావు లేకుండా కార్యక్రమాలను రూపొందించుకుంటున్నారు. మూఢ విశ్వాసాలకు ఆస్కారం లేకుండా చూసుకుంటున్నారు.

అయినా ప్రత్యేకించి అటువంటి సందర్భాలలో పాటించడానికి వీలుగా

విదేశాలలోని హేతువాదులు, సెక్యులరిస్టులు, నాస్తికులు కొన్ని కార్యక్రమాలను రూపొందించినట్లు తెలుస్తోంది. వాటిని అక్కడివారు పాటిస్తున్నట్లు కూడా తెలుస్తోంది.

ఎవరు, ఎక్కడ ఏ కార్యక్రమాలనైనా రూపొందించుకోవచ్చు. మతవాదుల ఆచార సంప్రదాయాలకు భిన్నమైన లౌకికవాద విధానాలను రూపొందించు కోవడంలో ఎటువంటి తప్పు లేదు. అయితే, మతవాదులు పాటిస్తున్న ఆచార సంప్రదాయాలకు ప్రత్యామ్నాయంగా హేతువాదులు సైతం మరోరకమైన పద్ధతిలో నూతన ఆచార సాంప్రదాయాలను ప్రవేశపెడితే కాలక్రమంలో అవికూడా నూతన మూఢవిశ్వాసాలుగా మారిపోయే ప్రమాదం లేకపోలేదు.

మతవాదులు ఆనాటి సమాజంలో రూపొందించిన కార్యక్రమాలన్నీ పురోహిత వర్గానికి లబ్ధి చేకూర్చేవిధంగా వుండడంలో ఆశ్చర్యపడవలసిందేమీ లేదు. కుటుంబంలో పిల్లలు పుట్టడం దగ్గరనుండి నామకరణం, అన్నప్రాసన, అక్షరాభ్యాసం, ఉద్యోగం, వివాహం, శోభనం, సీమంతం, చావు, తద్దినం, సంవత్సరీకం అంటూ అడుగడుగునా జరిగే కార్యక్రమాలన్నీ పురోహితుల ఆధ్వర్యంలో సంప్రదాయబద్ధంగా జరిగే తంతులే. వీటికి తోడు పండుగల పేరిట జరిగే ఆచార సంప్రదాయాలకు కొదువలేదు.

అభ్యుదయ భావాలుగల లౌకికవాదులందరూ ప్రత్యామ్నాయ సంస్కృతి కావాలని ఆశించడం సహజమే. అయితే ప్రత్యామ్నాయ సంస్కృతి పేరిట పాత ఆచార సంప్రదాయాల స్థానంలో కొత్త ఆచార సాంప్రదాయాలను ప్రవేశపెట్టాలనుకోవడం సమంజసం కాదు.

ఏ కార్యక్రమంలోనైనా, ఎటువంటి ఆచార సంప్రదాయాలలోనైనా వ్యక్తుల స్వేచ్ఛకు, సంకల్ప వివేకాలకు తావు లేకుండా పోయినట్లయితే అటువంటివన్నీ భవిష్యత్తులో నూతన మూఢాచారాలుగా మారిపోయే అవకాశాలే ఎక్కువ. అందువల్ల ఏ సందర్భంలో ఏ కార్యక్రమాన్ని చేపట్టినా అది ఆ సందర్భానికి తగినట్లుగా వుంచాలే తప్ప దానికి నిర్దిష్టమైన రూపనియమాలను రూపొందించాల్సిన అవసరం లేదనుకుంటాను.

వివాహాల విషయాన్నే తీసుకున్నట్లయితే నేడు కులాన్ని, మతాన్ని, ప్రాంతాన్ని బట్టి

చాలా రకాలైన ఆచార సంప్రదాయాలను పాటిస్తున్నారు. కులం, జాతకాలు, ముహూర్తాలు, కన్యాదానం, మంగళసూత్రధారణ, సప్తపది, పెళ్ళిమంత్రాలు వంటి మూఢ విశ్వాసాలు వివాహాల సందర్భంగా అల్లుకుపోయి వున్నాయి. హేతువాదులు, నాస్తికవాదులు, మానవవాదులు తప్పనిసరిగా వీటన్నిటికి దూరంగా వుండవలసిందే.

సంప్రదాయ వివాహానికి భిన్నంగా హేతువాద పద్ధతిలో వివాహాలను నిర్వహించుకోడానికి 70 సంవత్సరాలకు పూర్వమే కవిరాజు త్రిపురనేని రామస్వామి 'వివాహ విధి'ని రచించారు. అందులో వధూవరుల ఇష్టాలకే ప్రాధాన్యతను కల్పించారు. సంప్రదాయ వివాహాలలోని మూఢాచారాలను తొలగించారు. వివాహానికి చట్టబద్ధత కల్పించడం కోసం అందులో 'సప్తపది'ని ఆనాడు వారు చేర్చారు.

ఈనాడు వేలాదిగా కులాంతర, మతాంతర వివాహాలు జరుగుతున్నాయి. సంప్రదాయానికి భిన్నమైన పద్ధతిలో సెక్యులర్ వివాహాలు జరుగుతున్నాయి. వధూవరులు ఇష్టపడి ప్రేమ వివాహాలు చేసుకుంటున్నారు.

సెక్యులర్ వివాహాలలో వివాహ నిర్వాహకుడు వధూవరులను, వారి తల్లిదండ్రులను సభికులకు పరిచయం చేస్తాడు. తరువాత వధూవరులు ఒకరినొకరు ఇష్టపడి, దంపతులుగా కలిసి జీవించడానికి సిద్ధపడి, కష్టసుఖాలలో పాలుపంచుకుంటూ జీవిత భాగస్వాములుగా వుంటామని, సమాజానికి ఉపయోగపడే విధంగా ఆదర్శ జీవితాన్ని గడుపుతామని ప్రమాణాలు చేసి, పూలదండలు మార్చుకొని పెళ్లి చేసుకుంటున్నారు.

సంప్రదాయ వివాహాలు పాటించే మూఢాచారాలు ఏవిధంగా నిష్ప్రయోజనమో పెళ్లికి హాజరైన పెద్దలు వివరిస్తారు. దాంపత్య జీవితంలో ఎదురయ్యే సమస్యలను ఏవిధంగా పరిష్కరించుకోవాలో అనే విషయంలో మరికొందరు సూచనలు చేస్తారు. దాంతో పెళ్లి ముగుస్తుంది.

సెక్యులర్ పద్ధతిలో వివాహాలు చేయడం ఎంత ముఖ్యమైనప్పటికీ, వాటికి చట్టబద్ధత కల్పించడం కూడా అంతే ముఖ్యం. అందువల్ల ప్రతి వివాహాన్ని స్పెషల్ మేరేజ్

ఆక్టు క్రింద రిజిష్టరు చేయించాలి. అప్పుడే ఆ వివాహానికి చట్టబద్ధత ఏర్పడుతుంది.

సంప్రదాయ వివాహాలు, ప్రేమ వివాహాలు, సెక్యులర్ వివాహాలు వీటన్నిటిలోనూ దాంపత్యాలు విజయవంతం కావడం, విఫలం కావడం చూస్తున్నాం. ఈ సాఫల్య వైఫల్యాలన్నీ ప్రధానంగా దంపతులు వివేకం, పరస్పర అవగాహనమీద ఆధారపడి వుంటాయి. వారివారి వ్యక్తిత్వాలమీద ఆధారపడి వుంటాయి.

ఈ రకంగా పండుగలు, పెళ్లిళ్లు, చావులవంటి సందర్భాలలో అవలంబించవలసిన సెక్యులర్ విధానాలను, కార్యక్రమాలను రూపొందించడంలో కేవలం మార్గదర్శకాలను, సూచనలను పొందుపరిస్తే సరిపోతుంది. అలా కాని పక్షంలో ప్రతి అంశంలో, ప్రతి చిన్న విషయాల్లోనూ పాటించాల్సిన విధి నియమాలను గనుక రూపొందిస్తే అవి తప్పనిసరిగా నూతన మూఢాచారాలుగా మారిపోయే ప్రమాదం వుంటుంది. ఈ విషయాలను దృష్టిలో పెట్టుకుని ఎవరికివారు ఆయా సందర్భాలలో జరుపవలసిన కార్యక్రమాలను వివేచనాయుతంగా రూపొందించుకుంటే సరిపోతుంది.

హేతువాదులు, నాస్తికులు, మానవవాదులు ఎంతమంది కులమతాలకు దూరంగా వుంటున్నారు? వారి పేర్ల చివర వున్న కులాలను తెలిపే తోకలను ఎందుకు తొలగించుకోవడం లేదు? విద్య, ఉద్యోగాది విషయాలలో కులమతాల ప్రస్తావన తేవడం ఎంతవరకు సమంజసం? వంటి ప్రశ్నలను, సందేహాలను మరికొందరు మిత్రులు లేవదీస్తున్నారు.

ముందుగా మనం గుర్తించవలసింది ఎవరి ఆచరణ అయినా వారి వారి అవగాహనను బట్టి వుంటుంది. హేతువాద, మానవవాద తాత్విక భూమికను సక్రమంగా అవగాహన చేసుకున్నవారు సాధ్యమైనంత మేరకు వారి ఆచరణ ఆ అవగాహనకు అనుగుణంగా వుండేలా చూసుకుంటారు.

అయినప్పటికీ అందరికీ, అన్ని సందర్భాలలో అనుకున్న విధంగా ప్రవర్తించడానికి అవకాశాలు వుండకపోవచ్చు. ఉదాహరణకు పిల్లల చదువు, ఉద్యోగం వంటి విషయాలలో కులమతాల ప్రస్తావన తీసుకురాకుండా వుండడం హేతువాదులందరికీ

ప్రధానమైన విషయమే అయినప్పటికీ అందరికీ దాన్ని ఆచరణలో పెట్టటం సాధ్యం కాకపోవచ్చు. ప్రభుత్వం ఎస్సీ, ఎస్టీ, బిసి వర్గాల వారికి కులం ప్రాతిపదికన అందజేసే ఆర్థిక ప్రయోజనాలను ఆర్థికంగా అణగారిపోయిన కులాలవారు హేతువాదం పేరుతో వాటిని అందుకోకుండా వుండాలని తీర్మానించడం ఎంతవరకు సమంజసమో ఆలోచించాలి.

కొందరు పట్టుదలగా వుండి కులమతాల పేరిట లభించే ఆర్థిక ప్రయోజనాలను తిరస్కరించేవారున్నారు. అలా తిరస్కరించడం అందరికీ సాధ్యం కాకపోవచ్చు. అంతమాత్రాన వారు హేతువాదులు కాకుండా పోరు.

పేర్ల చివరన కులనామాలను తెలిపే తోకలను తప్పనిసరిగా తొలగించుకోవలసిందే. అలా తొలగించుకున్న హేతువాద మిత్రులెందరో వున్నారు. కొందరు వారి పేర్ల చివరన వున్న తోకలను తొలగించుకున్నా ఆ సామాజిక వర్గంవారు మాత్రం దాన్ని ఇష్టపడకపోవడం గమనిస్తున్నాం.

కవిరాజు త్రిపురనేని రామస్వామిగారు తెనాలి చేరిన తరవాత అక్కడివారు ఆయన పేరుకు తగిలించిన చౌదరి తోకను తొలగించడానికి అంగీకరించని వారు కొందరు ఇప్పటికీ ఆయనను 'కవిరాజు త్రిపురనేని రామస్వామి చౌదరి' గానే పరిగణించడం సమంజసంగా లేదు. కవిరాజు త్రిపురనేని రామస్వామి జాతి, కుల, మత వర్గాలను అధిగమించిన విశ్వమానవుడు, విశ్వకవి. అటువంటి మహానుభావుడిని కులం పేరుతో గుర్తించబూనడం క్షమార్హం కాని సంకుచిత ధోరణే అవుతుంది. సాకులు చెప్పుకొని ప్రయోజనం లేదు.

హేతువాదులకు జీవన విధానంలో భాగంగా ఒక ప్రవర్తనా నియమావళిని రూపొందించాలని ఆశించేవారున్నారు. ప్రతి ఒక్కరు ఏ సందర్భంలో ఎలా స్పందించాలో, ఎలా ప్రతిస్పందించాలో, ఏవిధంగా ప్రవర్తించాలో అనే అంశాలను దృష్టిలో పెట్టుకొని ఒకే ప్రవర్తనా నియమావళిని రూపొందించాలనుకోవడం హేతువాదం కాదు. అది మరొక నూతన మతానికి దారితీసే విధానమవుతుంది. ఎవరికివారు తాము

స్వతంత్ర ఆలోచన ద్వారా నిర్ణయించుకోవాలి.

మనుషులను నియంత్రించడానికి చాలా మతాలు చాలా రకాల ప్రవర్తనా నియమావళులను ప్రతిపాదించాయి. అయినా వాటిని ఎవ్వరూ పట్టించుకోవడంలేదు. కులమతాలు కల్పించిన కట్టుబాట్లను తిరస్కరించడానికి, ధిక్కరించడానికి మానవుడు వెనుకాడలేదు.

హేతువాదం ఒక ఆలోచనా విధానమని, మానసిక వైఖరి అని, జీవన విధాన మార్గదర్శి అని అర్థం చేసుకున్నపుడు ఆ అవగాహన అతని ప్రవర్తనలో ప్రతిక్షణం ప్రతిబింబించాలి.

ఇంటిలో కుటుంబ సభ్యులతో మెలిగేటపుడు, బయట ఇతరులతో సంబంధాలను కొనసాగించేటపుడు సహకారపూర్వకమైన వైఖరినే కలిగివుండాలి. ఇతరుల అభిప్రాయాలు మన అభిప్రాయాలకు భిన్నంగా వున్నప్పటికీ వాటిని సహించాలి. అభిప్రాయ భేదాలున్నంత మాత్రాన వారంతా శత్రువులు కారు.

అభిప్రాయ భేదాలను సహించాలన్నంతమాత్రాన వాటిని మనం ఆమోదించాలని అర్థం కాదు. మనుషులందరినీ మనం గౌరవించాలి. వారిలో తప్పుడు అభిప్రాయాలుంటే వాటిని నిస్సంకోచంగా వివేచనాయుతంగా ఖండిరచాలి. భావాల విషయంలో రాజీపడే ప్రసక్తి వుండరాదు. అదే హేతువాద వైఖరి. ఇతరులను మన భావాలవైపు మార్చాలేగాని వారిని శత్రువులుగా పరిగణించరాదు.

ఈవిధంగా హేతువాదులు, నాస్తికులు, మానవవాదులు జీవితంలో ఆద్యంతం హేతువాద భావజాలంతోనే కొనసాగాలి. ప్రతి మనిషికి వ్యక్తిత్వం వుంటుంది. వ్యక్తిగత అభిప్రాయాలు, అభిరుచులు వుంటాయి. ఆయా సందర్భాలలో స్పందించే తీరులో, పనులను నిర్వహించడంలో ప్రత్యేకతను కలిగివుంటాడు. అందువల్లనే ప్రతి మనిషి విశిష్టమైన వ్యక్తిగానే గుర్తింపు పొందుతాడు. విశిష్ట వ్యక్తిత్వాలను గమనించాలి. అందరూ తనలాగే వుండాలనుకోవడమూ వివేకం కాదు.

కోపతాపాలకు, అసూయా ద్వేషాలకు మనుషులు అతీతులు కారు. అయితే

హేతువాదులు, నాస్తికులు, మానవవాదులు వాటికి సాధ్యమైనంత దూరంగా వుండాలి. వాటి స్వాధీనంలోకి పడిపోకుండా వాటిని తమ స్వాధీనంలో, నియంత్రణలో వుంచుకోగలగాలి. ఉద్వేగాలకు, ఆకర్షణలకు లోను కాకుండా వుండాలి. వివేకం అధీనంలో ఉద్వేగాలను, ఉద్రేకాలను అదుపు చేయగలిగినవాడే హేతువాదిగా ఇతరులకు ఆదర్శప్రాయుడవుతాడు. ఇతరులపై ఆధిపత్యం వహించాలనుకోవడం హేతువాద పద్ధతి కాదు. అన్నిరకాల ఆధిపత్య విధానాలను భావాలను తిరస్కరించడమే హేతువాదం.

వీటన్నిటిని బట్టి మనకొక విషయం స్పష్టమవుతుంది. స్థూలంగా హేతువాదులందరూ ప్రధానమైన విషయాలన్నిటిలోను ఒకే రకమైన వైఖరిని, అభిప్రాయాలను కలిగివుంటారు. అయితే సూక్ష్మాంశాలలో కొద్దిపాటి తేడాలు, వైవిధ్యాలు కలిగివుంటారు. ఎక్కడా వైరుధ్యాలను మాత్రం కలిగివుండరు.

అందువల్ల హేతువాదులకు, నాస్తికులకు మానవవాదులకు కావలసింది దిశా నిర్దేశం, మార్గదర్శనమే కాని నియమ నిబంధనలు, ప్రవర్తనా నియమావళి మాత్రం కాదు. ప్రపంచవ్యాప్తంగా కొనసాగుతున్న హేతువాద, మానవవాద భావవిప్లవోద్యమం అందజేస్తున్న సందేశమిదే.

- హేతువాది, మే 2011

హేతువాదం తాత్విక భావాలు

హేతువాదం ఒక ఆలోచనా విధానమని, అది సర్వ విషయాలకు, సర్వకాలాలకు వర్తిస్తుందని ఆధునిక విజ్ఞానం రుజువు చేసింది. అన్ని విషయాలకు, అన్ని కాలాలకు వర్తించే హేతువాదాన్ని కేవలం దైవం, మతం వంటి కొన్ని విషయాలకే పరిమితం చేయడం సరైన విధానం కాదు. హేతువాదం ఏదో ఒకనాడు ఎవరో కనిపెట్టింది కాదు. దాని మూలాలు విశ్వ నియమాలలోనే వున్నాయి.

అందుకే హేతువు మూలస్వరూపాన్ని విశ్వనియమంగానే అర్థం చేసుకోవాలి. విశ్వ పరిణామ క్రమంలో నిర్జీవ పదార్థం నుండి జీవమేర్పడి, ఆ జీవపరిణామ క్రమంలో ఆవిర్భవించిన మానవుడిలో అది హేతుత్వ రూపాన్ని సంతరించుకుంది. అంటే విశ్వంలోని నియమబద్ధతే (Law Governedness)మానవుడి మస్తిష్కంలో హేతుత్వంగా (Rationality)రూపుదిద్దుకుంది.

ఈ కారణంవల్లనే మనుషులందరూ అవశ్యంగా హేతువాదులవుతున్నారు. అందరిలోనూ హేతుత్వం పనిచేస్తుంది. ప్రతి ఒక్కరూ తమలోని హేతుత్వాన్ని వినియోగించుకోగల శక్తి సామర్థ్యాలను కలిగి వుంటారని దాని భావం.

అయితే ప్రాయికంగా హేతువాదులైన మానవులు చాలా కారణాలవల్ల కులస్తులుగా, మతస్తులుగా, జాతి వర్గాది సమిష్టి భావాలను ఆరాధించేవారుగా, ఆధ్యాత్మిక వాదులుగా, ఆచార సాంప్రదాయాలపేరిట కొనసాగుతున్న మూఢవిశ్వాసాలను ఆచరించేవారుగా తయారవుతున్నారు. అటువంటివారుగా తయారు కావడానికి అహేతుకమైన తాత్విక భావాలే ప్రధాన కారణమవుతున్నాయి.

ఆదిమకాలంలో మానవుడు తన చుట్టూ జరుగుతున్న సంఘటనలకు, వాటి ఫలితాలకు సంబంధాలను కనిపెట్టే ప్రయత్నంలో భాగంగానే భగవంతుడనే భావాన్ని

సృష్టించుకున్నట్లు ప్రాచీన మానవ నాగరికతలను పరిశీలిస్తే అర్థమవుతుంది. అంటే సంఘటనల మధ్య కార్యకారణ సంబంధాలను సరిగా తెలుసుకోలేక, పొరపాటుగా వూహించినందువల్లనే 'దైవం' వంటి భావాలు ఏర్పడినాయి ఆ భావం చుట్టూ అనేక రకాల మతభావాలు, స్వర్గనరకాలు, పూర్వజన్మ పునర్జన్మ భావాలు అల్లుకొన్నాయి.

ఈ భావాలను ఆధారం చేసుకున్న పురోహితవర్గం వాటిని వుపయోగించుకుని క్రతువులపేరిట, మంత్రతంత్రాల పేరిట, ఆచార సాంప్రదాయాలపేరిట ప్రజలను దోచుకోవడం ప్రారంభించింది. వేలాది సంవత్సరాలుగా కొనసాగుతున్న ఈ దోపిడీ రూపం మార్చుకున్నదేగాని అంతం కావడంలేదు. ఒకసారి మతభావాల ఊబిలో చిక్కుకున్న మానవుడు దానినుండి బయటపడలేక సతమతమవుతున్నాడు. అపోహలు, అబద్ధాలతో కూడిన మత భావాలను ఎదుర్కోవడానికి వాస్తవాలతో కూడిన హేతువాద భావాలే శరణ్యమవుతున్నాయి.

ప్రాచీనులకు అందుబాటులో లేని శాస్త్ర సాంకేతిక విజ్ఞానం ఆధునిక మానవుడికి అందుబాటులోకి వచ్చింది. దానినే మనం ఆధునిక విజ్ఞానం అంటున్నాం. ఆధునిక విజ్ఞానం ఈనాడు అందజేస్తున్న సత్యాలు కేవలం వూహాపోహలపై ఆధారపడినవి కావు. ఆధునిక విజ్ఞానం సత్యాసత్యాలను నిగ్గుతేల్చి నిలబెట్టగల సామర్థ్యాన్ని సంపాదించింది. తద్వారా మతవాదాలను, భావవాదాలను పటాపంచలు చేయగలిగింది. హేతువాదానికి, భౌతికవాదానికి పట్టం కట్టింది.

భౌతికవాద ఆధునిక రూపమే భౌతికవాస్తవికవాదం. ఆధునిక విజ్ఞానం సత్యమని నిరూపిస్తున్నది భౌతిక వాస్తవిక వాదాన్నే. బౌతిక వాస్తవిక వాదాన్ని అర్థం చేసుకోకపోతే తాత్వికంగా తప్పుడు సిద్ధాంతాల వలలో పడిపోయినట్లే. బౌతిక వాస్తవిక వాదాన్ని సక్రమంగా అర్థం చేసుకోనపుడు నాస్తికవాదం, మానవవాదం వంటివి కూడా సరిగా అర్థం కావు.

కేవలం హేతువాది, నాస్తికవాది, భౌతికవాది, గతితార్కిక భౌతికవాది, మానవవాది వంటి పేర్లు తగిలించుకున్నంత మాత్రాన ప్రయోజనం వుండదు. ఆయా పేర్ల

వెనుక వున్న తాత్విక నేపథ్యాన్ని అర్థం చేసుకోవడమే ప్రధానం. వ్యక్తిని, సమాజాన్ని వాటి మధ్య వున్న సంబంధాన్ని, ఇతర సమస్యలను అర్థం చేసుకోడానికి కూడా తాత్వికావగాహనే పునాదిగా నిలుస్తుంది.

తాత్వికావగాహన సరియైననది కానపుడు దాని ఆధారంగా నిర్ణయించే ఇతర విషయాలన్నీ కూడా తప్పయిపోతాయి. అందుకే తాత్వికావగాహనకు అత్యంత ప్రాధాన్యత ఏర్పడుతుంది. ఈ దృష్టితో ప్రతి ఒక్కరు సరియైన తాత్వికావగాహనను పెంపొందించుకోవాలి.

తత్వంలో మొదటి అంశం ఉనికి. దాన్నే అస్తిత్వం అంటాం. మన చుట్టూ అన్నివైపులా అనంతంగా వ్యాపించివున్న గ్రహ నక్షత్రాది గోళాలతో చరాచర వస్తువులతో నిండివున్న ద్రవ్యరాశిని 'విశ్వం' అంటున్నాం. దీనినే ప్రకృతి, ప్రపంచం, జగత్తు అని కూడా పేర్కొంటున్నాం. ఈ విశ్వం ఉనికి యదార్థమంటున్నాం.

మనకు కనిపిస్తున్న, మన ఇంద్రియాల గ్రహింపుకు కారణమవుతున్న ఈ విశ్వం వాస్తవ స్వరూప స్వభావాలేమిటి? దీనికి వాస్తవమైన అస్తిత్వముందా? లేక అది మనను కల్పిస్తున్న భ్రాంతా? దీని అస్తిత్వం వాస్తవమైతే ఇది ఎక్కడినుండి వచ్చింది? ఎప్పుడు ఎలా వచ్చింది? విశ్వం లేక ముందు ఏమి వుండేది? ఈ విశ్వాన్ని ఎవరైనా సృష్టించారా? సృష్టిస్తే ఆ సృష్టికర్త ఎవరు? అతడు ఎక్కడినుండి వచ్చాడు? అతడిని ఎవరు సృష్టించారు?

ఈ విశ్వంలో జరుగుతున్న సంఘటనలు ఏమిటి? అవి ఎలా జరుగుతున్నాయి? ఎందుకు జరుగుతున్నాయి? ఎవరైనా వాటిని నడిపిస్తున్నారా? విశ్వంలో జరుగుతున్న సంఘటనలన్నీ ఎవరి ఇష్టాయిష్టాల ప్రకారం జరుగుతున్నాయి? వాటి వెనుక ఏదైనా పథకం వుందా? నియమాలున్నాయా?

విశ్వంలో జరుగుతున్న పరిణామాలేమిటి? ఈ విశ్వం సాంతమా? అనంతమా? దీనికి నాశనం వుందా? లేదా? విశ్వానికి ఏమైనా లక్ష్యం వుందా? దానికి స్వేచ్ఛా సంకల్పాలు వున్నాయా? మానవుడు ఎలా వచ్చాడు? మానవ జీవితానికి అర్థమేమిటి?

పరమార్థమేమిటి? మనం మరణానంతరం ఏమవుతాం? ఆత్మ పరమాత్మలున్నాయా? స్వర్గ నరకాలున్నాయా? పూర్వజన్మ పునర్జన్మలున్నాయా? వీటన్నిటిని ఎలా అర్థం చేసుకోవాలి? ఇత్యాది ప్రశ్నలు శరపరంపరగా వస్తున్నాయి. ఈ ప్రశ్నలకు సమాధానాల రూపమే తత్వశాస్త్రం అవుతుంది.

ఆధునిక విజ్ఞానం ఆవిర్భావానికి పూర్వం విశ్వాన్ని గురించిన వూహలు రకరకాలుగా వుండేవి. విశ్వానికి కారణాన్ని విశ్వం వెలుపల వెదకడం ప్రారంభించారు. దాంతో సృష్టికర్తను, అతీతశక్తులను సృష్టించుకున్నారు. అన్నిటికి కారణాలుగా వాటినే చూపారు.

చారిత్రకంగా అందుతున్న తాత్విక భావాలను పరిశీలిస్తే అవి కేవలం క్రీ.పూ. ఆరేడు శతాబ్దుల నుండే ప్రారంభమైనట్లు అర్థమవుతుంది. క్రీ.పూ. ఆరేడు శతాబ్దుల నాడు ఇటు భారతదేశంలో చార్వాక, బౌద్ధ, జైనాది తత్వాలు ఉద్యమరూపం దాల్చి బాగా వ్యాప్తి చెందగా, అదే కాలంలో అటు పాశ్చాత్య దేశాల్లో, ప్రధానంగా గ్రీసు దేశంలో తాత్విక భావాలు ప్రారంభమైనట్లు తెలుస్తోంది.

ఆనాడు ప్రారంభమైన తాత్విక భావాలన్నీ ప్రధానంగా భౌతికవాద పరంగా వుండడం విశేషం. థేల్స్‌తో ప్రారంభమైన పాశ్చాత్య తాత్విక భావాలన్నీ విశ్వానికి మూలకారణాన్ని విశ్వానికి వెలుపల కాకుండా విశ్వం లోపలే వున్నట్లు భావించాయి. ఒకరు జలం మూల కారణమని భావిస్తే, మరొకరు వాయువు మూల కారణమన్నారు. ఇంకొకరు అగ్ని మూలకారణమన్నారు.

భారతదేశంలోని పాంచభౌతికవాదం కూడా ఇటువంటిదే. భూమి, నీరు, వాయువు, అగ్ని,ఆకాశం అనే అయిదు మూల పదార్థాల వల్లనే సర్వం ఏర్పడుతున్నదని భావించారు. చార్వాకులు మరో అడుగు ముందుకు వేశారు. ఆకాశాన్ని తిరస్కరించి మిగిలిన చతుర్భూతాలను ఆమోదించారు. అన్నిటికన్నా ముఖ్యంగా భిన్న లక్షణాలు, ధర్మాలుగల పదార్థాల కలయికవల్ల ఏర్పడే నూతన పదార్థంలో నూతన లక్షణాలు, నూతన ధర్మాలు ఏర్పడడానికి కారణం ఆ పదార్థాల స్వభావమన్నారు. అందుకే

చార్వాకులది స్వభావవాదమైంది. పదార్థ అంతర్గత కారణాన్ని అంగీకరించిన వారు ప్రథమ భౌతికవాదులుగా చరిత్రలో నిలిచిపోయారు.

విశ్వానికి వెలుపల, బాహ్యం అనేవే వుండడానికి అవకాశం లేనపుడు విశ్వానికి కారణం కూడా వెలుపల వుండడానికి అవకాశం వుండదు. అందువల్లనే విశ్వం అంతర్గత కారణాలవల్ల, అంతర్గత నియమాల వల్లనే పలు విధాలుగా పరిణామం చెందుతున్నదని అర్థం చేసుకోవాలి.

విశ్వంలో సంఘటనలు నియమాలను అనుసరిస్తున్నాయి. అందుకే విశ్వం నియమబద్ధమంటున్నాం. అది నియమబద్ధమైనందువల్లనే మనం దాన్ని అర్థం చేసుకోగలుగుతున్నాం. అది అర్థమైనందువల్లనే దానికి సంబంధించిన జ్ఞానం మనకు కలుగుతోంది. ఆ జ్ఞానం ఆధారంగానే మనం మనకు కావలసిన వస్తువులను, పరికరాలను, యంత్రాలను, ఆయుధాలను నిర్మించుకోగలుగుతున్నాం. వాటిని మన సుఖసంతోషాలకు వినియోగించుకుంటున్నాం. ఆవిధంగా మానవుడి జ్ఞానం పెరుగుతున్న కొలదీ అతడి స్వేచ్ఛాపరిధులు విస్తృతమవుతుతాయి.

విశ్వపదార్థం అవ్యయం. దానికి నాశనం లేదు. అది సృష్టింపబడదు. ఎవ్వరూ ఏ పదార్థాన్నీ ఎన్నడూ సృష్టించలేరు, నాశనమూ చేయలేరు. పదార్థ రూపధర్మాలను మార్చగలమేగాని దాన్ని రూపుమాపలేము. అంటే అది నిత్యం. ఆధునిక విజ్ఞానం పదార్థాన్ని శక్తిగా కూడా భావిస్తుంది. పదార్థం శక్తిగా, శక్తి పదార్థంగా రూపాంతరం చెందుతాయి. పదార్థ శక్తి నిత్యత్వ సూత్రం పదార్థం అవ్యయమనే విషయాన్ని రుజువు చేసింది. దీని ప్రకారం పదార్థాన్ని ఎవ్వరూ సృష్టించలేరు. అంటే సృష్టికర్త భావం తప్పని తేలిపోతుంది.

ఈవిధంగా విశ్వం ఎన్నడూ పుట్టలేదు. ఎన్నడూ గిట్టదు. దానికి ఆద్యంతాలు లేవు. హద్దులు లేవు. అది అనంతంగా నిరంతర పరిణామంలో వుంటుంది.

విశ్వానికి సంబందించిన ప్రధాన విషయాలలో కార్యకారణ సంబంధాలు కూడా వున్నాయి. పదార్థ పరిణామం అనుస్యూతంగా జరుగుతూ వున్నది. అంటే దానికి

విరామం లేదు. అది ఎల్లప్పుడూ కొనసాగుతూనే వుంటుంది. ఈ పరిణామాన్ని అర్థం చేసుకోడానికి మనం దాన్ని కొన్ని సంఘటనలుగా విభజిస్తున్నాం. ఒక సంఘటనలోని పూర్వాపరాలను పరిశీలించినపుడు అది ఒక దశ నుండి మరో దశకు మారుతున్నట్లు గమనిస్తున్నాం. ఈ విధంగా రెండు దశలుగా వున్న పరిణామంలో రెండవ దశకు మొదటి దశ కారణమని తెలుసుకుంటున్నాం. అప్పుడు మొదటి దశను కారణంగాను, రెండవ దశను కార్యంగాను వివరించుకుంటాం. మరల అది రెండవ దశ నుండి మూడవ దశకు పరిణామం చెందిందనుకోండి. అప్పుడు మూడవ దశ కార్యమవుతుంది. దానికి రెండవదశ కారణమవుతుంది. ఆ కార్యకారణాల గొలుసు అనంతంగా సాగిపోతూనే వుంటుంది.

ఈ పదార్థ పరిణామంలో ప్రధాన కారణం బాహ్యమా, అంతర్గతమా అని పరిశీలిస్తే అంతర్గత కారణమే ప్రధానమని రుజువైంది. ఈ అంతర్గత కారణాన్నే మనం స్వభావం అంటాం. గాజు పెళుసు కాబట్టి కిందపడితే పగులుతుంది. అది దాని స్వభావం. అంటే అది దాని అంతర్గత కారణమన్నమాట. మానవుడు మరణిస్తాడు. అది అతని స్వభావం. అదే అతడి అంతర్గత కారణం. బాహ్య కారణాలు ప్రధానమైన కారణానికి దోహదపడతాయేగాని ఆ పరిణామాన్ని నిర్దేశించలేవు. ఇది అన్నిటికీ వర్తిస్తుంది. విశ్వం అంతర్గత కారణాలవల్లనే పరిణామం చెందుతోంది.

తత్వశాస్త్రంలో మరో ముఖ్యమైన అంశం జ్ఞానసిద్ధాంతం. మనకు జ్ఞానం ఎలా ఏర్పడుతుంది అనే ప్రశ్న ప్రాధాన్యాన్ని సంతరించుకుంది. ఆధ్యాత్మికవాదులు, అద్వైతవాదులు, భావవాదులు, గతితార్కిక భౌతికవాదులు తప్పుదారి పట్టింది ఈ జ్ఞాన సిద్ధాంతంలోనే.

బాహ్య ప్రకృతి వస్తువులు, సంఘటనల రూపంలో మనకు దర్శనమిస్తుంది. వాటిని మన జ్ఞానేంద్రియాల ద్వారా గ్రహించి మెదడుకు అందజేసినపుడు మెదడు వాటిని విశ్లేషించి ఆయా వస్తువుల లేదా సంఘటనలకు సంబంధించిన జ్ఞానాన్ని కలుగజేస్తుంది.

వస్తువుల మీద పడిన కాంతి ప్రతిఫలించి ఆ కాంతి కిరణాలు మన కంటికి

చేరినపుడు దానికి సంబంధించిన సంవేదనల సమాచారాన్ని మెదడు విశ్లేషించి ఆయా వస్తువుల జ్ఞానాన్ని కలిగిస్తుంది. అదేవిధంగా ఒకచోటి నుండి బయలుదేరిన శబ్ద తరంగాలు చెవిని చేరినపుడు వాటిని గ్రహించిన మెదడు విశ్లేషించి ఆ శబ్దాలకు సంబంధించిన జ్ఞానాన్ని కలుగజేస్తుంది. అన్ని ఇంద్రియాలు ఆవిధంగా జ్ఞానసాధనాలవుతున్నాయి. ఇంద్రియాల ద్వారా తప్ప మరేవిధంగానూ మనకు జ్ఞానం కలిగే అవకాశం లేదు. అందువల్ల అతీంద్రియ జ్ఞానము, ఉద్బుద్ధజ్ఞానము (Revealed wisdom) అనేవి అసంభావ్యాలని తేలుతుంది.

జ్ఞాన సిద్ధాంతాన్ని వివరిస్తూ 'సైన్స్ అండ్ ఫిలాసఫీ' అనే గ్రంథంలో ఎం.ఎన్. రాయ్ చేసిన విశ్లేషణ ఈ సందర్భంగా గమనించదగింది.

''బాహ్యప్రేరణలు సంవేదనలను కలిగిస్తాయి. వాటిని మనసు గ్రహిస్తుంది. మనసు అనేది సంశ్లిష్ట చైతన్యస్థితి. సంవేదనలకు ప్రతిచర్యగా అది జనిస్తుంది. మనస్సుకు, పదార్థానికి మధ్య కార్యకారణ సంబంధం వుంది. అందువల్ల జ్ఞానం సంభవమవుతుంది. భావాలు అనుభవాల నుండి ఉత్పన్నమవుతాయి. అందువల్ల అవి వాస్తవికతకు ప్రాతినిధ్యం వహిస్తాయి. వస్తువును గురించిన భావం ఏర్పడబోయే ముందు, ఆ వస్తువు నాకు తెలియాలి. భావాలు మానసిక చిత్రాలు. అవి వస్తువులకు ప్రాతినిధ్యం వహించవు. వస్తువుల గురించిన జ్ఞానానికి ప్రాతినిధ్యం వహిస్తాయి. ఒక వస్తువు గురించిన తప్పు సమాచారం నాకు అందితే, నా భావం తప్పవుతుంది. అయినా అది తప్పుడు జ్ఞానానికి ప్రాతినిధ్యం వహిస్తుంది. ప్రత్యక్షానుభవం వల్ల జ్ఞానం కలుగుతుంది. అది భౌతిక చర్యకు జీవి చూపే ప్రతిచర్య. మనం వస్తువులను తెలుసుకుంటాం. భావాలను కాదు. జ్ఞానం భావాల కూటమి కాదు. భావాలు జ్ఞానం నుండి ఉత్పన్నమవుతాయి. అలా భావాలు ప్రాతినిధ్య స్వభావం కలవి అవుతాయి. శాస్త్రీయ భావాలు ప్రాతినిధ్య స్వభావం కలవే. భావాలకు ప్రాతినిధ్య స్వభావం ఉందంటున్నామంటే వాటిని సంవేదనలని భ్రమించరాదు. అవి భౌతిక మానసిక అంశాల పరస్పర చర్యలవల్ల ఉత్పన్నమవుతాయి. మానసిక చర్యకు అవి ఫలితాలు.

ఫలితంతో కారణం ఆగిపోదు. భావగమనం సాగుతూనే వుంటుంది''.

ఈవిధంగా వస్తువులు లేకుండా, వాటికి సంబంధించిన జ్ఞానం లేకుండా భావాలకు ఆస్కారమే లేదని అర్థమవుతుంది. ఒకసారి ఏర్పడిన తర్వాత భావాలు కూడా జ్ఞానంలో భాగంగా వస్తుత్వాన్ని సంతరించుకుంటాయి. అందుకే జ్ఞానాన్ని రాయ్ Genetically dependent, existentially self sufficient and functionally creative అని వర్ణిస్తాడు. ఈ జ్ఞానసిద్ధాంతాన్ని సక్రమంగా అర్థం చేసుకోలేకపోతే గందరగోళంలో అయోమయంలో పడిపోక తప్పదు.

ఏకత్వవాదం తాత్వికంగా భౌతికవాస్తవికవాదం ప్రతిపాదించే మరో అంశం. విశ్వంలోని పదార్థ స్వభావం ఏమయినప్పటికీ మొత్తం అస్తిత్వమంతా ఒకే మూల ద్రవ్యాన్ని కలిగివుంటుందని ఏకత్వవాదం ప్రతిపాదిస్తుంది. విశ్వం రెండు లేక ఎక్కువ ద్రవ్యాలతో కూడుకున్నదన్న విషయాన్ని అది తిరస్కరిస్తుంది. పదార్థ భావాల ద్వైతాన్ని అది తోసివేస్తుంది. భావాలను భౌతిక వాస్తవికతలో భాగాలుగా గుర్తిస్తుంది.

ఇటీవల కొందరు శాస్త్రవేత్తలు బహు విశ్వాల సిద్ధాంతాన్ని (M-Theory లేదా Multiple Universe Theory) ప్రతిపాదించినట్లు తెలుస్తోంది. బహుశా ఈ విశ్వంలోని నియమాలు వారూహించిన ఇతర విశ్వాలలోని నియమాలకు భిన్నంగా వున్న కారణంగానే వారు ఆ ప్రతిపాదన చేశారనిపిస్తుంది.

వాస్తవానికి ఉన్న అస్తిత్వమంతా విశ్వంలో భాగమైపోతుంది. ఆ రకంగా ఉనికిలో వున్న పదార్థాన్ని, అది ఎంత దూరంలో వున్నప్పటికీ దాన్ని విశ్వంలో భాగంగానే పరిగణించాలి. ఆవిధంగా 'నూతన విశ్వాల'ని కనిపెట్టామనుకుంటే అవన్నీ కూడా వున్న ఈ విశ్వంలోనే భాగమవుతాయి.

ఇదివరకే చెప్పుకున్నట్లు విశ్వానికి వెలుపల, బాహ్యం అనేవే లేనపుడు విశ్వానికి అవతల ఇంకా చాలా విశ్వాలున్నాయనడం అసంబద్ధం, అసంభవం. పదార్థ నియమాలు భిన్నంగా వున్నంతమాత్రాన వాటిని వేరువేరు విశ్వాలుగా భావించడం సమంజసం కాదు, హేతుబద్ధం కాదు. రెండు ద్రవ్యాల మధ్య సమానధర్మం వుందంటే అవి ఒకే మూలద్రవ్యం

నుండి వచ్చినట్లుగా భావించాలి. అందువల్ల బహు విశ్వసిద్ధాంతం తప్పుగా తేలుతుంది.

పదార్థ నియమాలు విశ్వజనీనం. ఎవరు, ఎక్కడ, ఎప్పుడు ప్రయోగాలు చేసినా అవి ఒకే రకమైన ఫలితాలనే ఇస్తాయి. అలా కాని పక్షంలో ఆ భిన్నత్వానికి తప్పక కారణం ఆవిష్కృతమవుతుంది. విజ్ఞానశాస్త్ర అభివృద్ధి అంతా పూర్వజ్ఞానాన్ని పూర్వపక్షం చేయడం ద్వారానే సాధ్యపడిందనే విషయాన్ని గర్తించాలి.

ఈవిధంగా ఆధునిక విజ్ఞానం అనూహ్యమైన రీతిలో వేగంగా అభివృద్ధి చెందుతున్నది. ఐన్‌స్టీన్ సాపేక్ష సిద్దాంతం, మాక్స్‌ప్లాంట్ క్వాంటం సిద్ధాంతం స్థూల, సూక్ష్మ విశ్వానికి చెందిన పాత భావాలను పూర్తిగా మార్చివేశాయి. వెయ్యి కోట్ల కాంతి సంవత్సరాల దూరంలో వున్న ఖగోళాలను దర్శించగలుగుతున్నాం. అదేవిధంగా ఒక సెంటీమీటరును కోటి భాగాలు చేసి అత్యంత సూక్ష్మపదార్థాన్నీ దర్శించగలుగుతున్నాం. ఆవిధంగా పరమాణు గర్భంలోని ఎలక్ట్రాన్లు, ప్రోటాన్లు, న్యూట్రాన్లను, వాటికి మూలమైన క్వార్కులను కూడా నేడు విజ్ఞానశాస్త్రం తెలుసుకోగలిగింది. కాలానికి సంబంధించి ఒక సెకనును కోటి భాగాలు చేసి అందులో ఒకవంతు కాలాన్ని కూడా కొలవగలుగుతున్నది. ఇవన్నీ విజ్ఞానశాస్త్ర అపూర్వవిజయాలు.

విజ్ఞానం ఇంతగా అభివృద్ధి చెందినా ప్రపంచవ్యాప్తంగా వున్న మూఢ మతవిశ్వాసాలు పూర్తిగా తొలగిపోవడంలేదు. దానికి ప్రధానంగా మతాలు నేడు లాభదాయకమైన వ్యాపార సంస్థలుగా మారిపోవడం, ఆ లాభాలమీద ఆధారపడి జీవించే మతప్రచారకులు, మత నాయకులు వుండడమే కారణాలుగా కనిపిస్తున్నాయి.

ఆత్మ పరమాత్మల ఉనికిగాని, స్వర్గనరకాల ఉనికిగాని నేటికీ రుజువు కాలేదు. అయినా వాటి గురించి ఊదరగొట్టే ఉపన్యాసాలిచ్చే స్వామీజీలు, పాస్టర్లు, ముల్లాలు నిత్యం ఎలక్ట్రానిక్ మీడియా, ప్రింట్ మీడియాల్లో దర్శనమిస్తూనే వున్నారు. వీరికి ప్రభుత్వాల సహాయ సహకారాలు సంపూర్ణంగా అందుతున్నాయి. రాజకీయాలు, మతాలు కలిసి పరస్పరం లబ్దిని పొందుతున్నాయి.

ఆధ్యాత్మిక బోధ పేరిట వందల వేలకోట్ల రూపాయల ఆస్తులను కూడబెట్టు

కోవడం ఈ దేశంలోని బాబాలకు, స్వామీజీలకు వెన్నతో పెట్టిన విద్యగా మారింది. యోగా పేరుతో మోసం చేస్తూ పదకొండు వందల కోట్ల రూపాయలకు పైగా ఆస్తులను కూడబెట్టుకున్న యోగాగురువు రాందేవ్‌బాబా. అదేవిధంగా ఇటీవల కాలంలో మరణించిన పుట్టపర్తి సాయిబాబాకు లక్షాయాభై వేల కోట్ల రూపాయలకు పైగా ఆస్తులున్నట్లు ప్రపంచానికి వెల్లడైంది.

మార్క్సిస్టులు, కమ్యూనిస్టులు అందరూ గతితార్కిక భౌతికవాదులే. జర్మన్ భావవాద తత్వవేత్త హెగెల్ (1770-1831) నుండి మార్క్స్, ఏంగెల్స్‌లు గతితర్కాన్ని స్వీకరించారు. తలక్రిందులుగా వున్న గతితర్కాన్ని తిప్పి దాని కాళ్ళమీద నిలబడేటట్లు చేశామన్నారు. వారు పేర్కొన్న గతితార్కిక భౌతికవాద సూత్రాలు మూడు.

1) పరిమాణాత్మక గుణాత్మక పరస్పర పరిణామాల సూత్రం.
2) వైరుధ్యాల అంతస్సంగమ సూత్రం.
3) అభావ అభావ సూత్రం (Negation of Negation)

మూడు సూత్రాలలో ఏ ఒక్క సూత్రమూ శాస్త్రీయంగా రుజువు కాలేదు. పైగా అవన్నీ అసత్యాలని ఆధునిక విజ్ఞానం తేల్చివేసింది. అయినా గతితర్కాన్ని చరిత్రకూ, రాజకీయార్థిక శాస్త్రాలకూ అన్వయించి మార్క్స్ చేసిన నిర్ణయాలను నేటికీ మార్క్సిస్టులు కమ్యూనిస్టులు విశ్వసిస్తున్నారు. పైగా 'మార్క్సిజమే తెలియకపోతే పుట్టిన వాళ్ళం పుట్టినట్లే వుంటామని రంగనాయకమ్మ లాంటివారు గ్రంథాలు రాస్తున్నారు. తద్వారా రుజువులు లేని విశ్వాసాలనే శాస్త్రీయ సత్యాలుగా చూపడానికి తాపత్రయపడుతున్నారు. ఆర్థిక నియతివాదాన్నే సర్వరోగ నివారిణిగా చూపడానికి తంటాలు పడుతున్నారు.

మనుషుల భావాలకు, వివేక సంకల్పాలకు, నైతిక విలువలకు తిలోదకాలిచ్చి నందువల్లనే మార్క్సిజం పూర్తిగా విఫలమైపోయింది. ప్రజల భావాలలో మార్పు రాకుండా ఏ రంగంలోను విప్లవాలు సాధ్యం కావు. సాయుధ విప్లవాలు సాగించి, రాజ్యాధికారాన్ని కైవసం చేసుకుని, సమసమాజాన్ని స్థాపించి, ప్రజలను ఉద్ధరిస్తామని బయలుదేరిన కమ్యూనిస్టు పార్టీలన్నీ క్రమంగా కనుమరుగైపోయి కాలగర్భంలో కలసిపోతున్నాయి.

అయినప్పటికీ కమ్యూనిస్టు సిద్ధాంతం సరయినదేగాని కమ్యూనిస్టు పార్టీల ఆచరణదే తప్పని విపరీత వ్యాఖ్యానాలు చేస్తున్నారు.

ఇటువంటి పరిస్థితులలో శాస్త్రీయమైన తాత్విక భావాలను ప్రజలకు అందించవలసిన బాధ్యత అభ్యుదయ వాదులందరిమీదా వుంది. ఆ బాధ్యతను గుర్తించి, ఆ దిశగా తమ కృషిని కొనసాగిస్తున్న హేతువాదులు, మానవవాదులు అభినందనీయులు.

- హేతువాది, జులై 2011

హిందూ ఫాసిజమే భారతీయిజం

ఆంధ్రజ్యోతి దినపత్రికలో 'భారతీయిజం' శీర్షికన వారణాశి వెంకట సూర్యకామేశ్వరరావు వ్యాసం అసత్యాలకు నిలువుటద్దంలా వుంది. భారతదేశంలో గత మూడు వేల సంవత్సరాలకు పైగా కొనసాగుతున్న ఆధ్యాత్మికతత్వం, ఆధ్యాత్మిక మార్గం దోపిడీ విధానాలకు రూపకల్పన చేసింది. దేవుడి పేరిట, మతం పేరిట అసంఖ్యాకమైన అబద్ధాలను సృష్టించింది. ఆ అబద్ధాల ఆధారంగా కల్లబొల్లి కట్టు కథలల్లి పురాణాల పేరిట ప్రచారం చేసింది. మోక్షం, స్వర్గం, నరకం వంటి అభూతకల్పనలతో సామాన్య జనాన్ని వంచించింది. పూర్వజన్మ పునర్జన్మలతో కూడిన కర్మసిద్ధాంతాన్ని తరతరాలుగా ప్రచారం చేస్తూ భారత సమాజాన్ని నిర్వీర్యం చేసింది. అగ్రవర్ణాల వారు అనాదిగా సాగిస్తున్న అక్రమాలను, అకృత్యాలను ఎవ్వరూ ప్రశ్నించకుండా అణచివేసింది. ఆధ్యాత్మికత పేరుతో మనుషులను భయంకరమైన బానిసత్వంలోకి నెట్టివేసింది.

ఇటువంటి వాస్తవాలను మరుగు పరచడానికి సూర్యకామేశ్వరరావు తన వ్యాసంలో ప్రయత్నించినట్లు కనిపిస్తోంది. "మన పురాణాలు, ఉపనిషత్తులు, వేదాల ద్వారా కుల, వర్ణ రహిత జ్ఞానానికి పెద్దపీట వేసి మానవ సమాజాన్ని కర్మబద్ధంగా నడిపించడానికి బుద్ధిబలం గల బ్రాహ్మణిజం ఒక ఆధ్యాత్మిక మార్గమని" ప్రకటించారు. మతాలు మానవ మనుగడకే గాని మారణ హోమానికి కాదన్నారు. హిందూమతం లేదా సంస్కృతి ఎల్లప్పుడూ మంచి చెడులను విశ్లేషించి మంచిని ఆశ్రయించి కొనసాగించమని బోధిస్తుందన్నారు. కాని మతాల వారసత్వ చరిత్రను పరిశీలిస్తే దీనికి పూర్తిగా భిన్నమైన దృశ్యమే కనిపిస్తుంది.

మతాల పేరిట చరిత్రలో చాలా యుద్ధాలు జరిగాయి. మతాల మారణహోమంలో కోట్లాదిమంది ప్రజలు బలైపోయారనేది వాస్తవం. ఈ విషయంలో హిందూ మతానికి

మినహాయింపు లేదు. వేలాది సంవత్సరాలుగా కొనసాగుతున్న హిందూమతం సనాతన ధర్మం పేరిట వర్ణ భేదాలను,అసమానతలను పెంపొందించి మనుషుల మధ్య అంతరాలను పెంచింది. బహుళ ప్రజానీకాన్ని చదువు సంధ్యలకు దూరం చేసింది. ఒక వర్ణాన్ని పశువుల కన్నా హీనంగా పరిగణించి అనేకరాలుగా పీడించింది. సకల సృష్టిని సమభావంతో చూడడమే ఆధ్యాత్మికత అయినట్లైతే హిందూమతంలో వేలాది కులాల పేరిట నిచ్చెనమెట్ల సమాజం కొనసాగేదికాదు. కులభావనే హిందూమతం మౌలిక స్వరూపం. నాటికీ, నేటికీ హిందూ ధర్మంగా, సనాతన ధర్మంగా, వర్ణధర్మంగా కొనసాగుతున్నది. ఈ కులధర్మమే కాని, మరొకటి కాదు.

ప్రస్తుతం మనమనుకుంటున్న సైన్సుకు మూలం మన వేదాలే అనే విషయాన్ని తెలుసుకోనంత కాలం మనం అజ్ఞానాంధకారంలో కొట్టుమిట్టాడుతుంటామని ఆయన పేర్కొనడం వాస్తవాలను మరుగుపరచడానికి చేస్తున్న విషప్రచారమే. వేదాలలోనే అన్నీ వున్నాయనే వాదన హిందూమత దురభిమానానికి, దురహంకారానికి పరాకాష్టగా నిలుస్తుంది.

వేదాల్లోనే వారనుకుంటున్న జ్ఞానంగాని, సైన్సు గాని వున్నట్లైతే వాటిని వెలికితీసి లోకానికి వెల్లడించకుండా వేలాది సంవత్సరాలుగా ఎందుకు మిన్నకుండిపోయారు? ఈనాడు సైన్స్ చాలా అభివృద్ధి చెంది నూతన సత్యాలను ఆవిష్కరించి, మానవాళికి మహోపకారం చేస్తున్నది. ఈ పరిణామాలను అర్థం చేసుకోలేని వైదిక ఛాందసులు ఈనాటి ఆధునిక విజ్ఞానమంతా వేదాల్లోనే వుందనే అసత్య ప్రచారానికి తెర లేపారు. ఇదే వాదాన్ని మిగతా మతాలవారు కూడా అందిపుచ్చుకున్నారు. సైన్సు విజ్ఞానమంతా తమ బైబిలులోనే వుందని క్రైస్తవులు, తమ ఖురాన్‌లోనే వుందని ముస్లింలు ప్రచారం చేస్తున్నారు. అన్ని మతాలలో వున్నది నేటి సైన్సుతో పోల్చదగిన విజ్ఞానం కాదు. ఆనాటి మనుషుల జీవితాలను ప్రతిబింబించే వ్యవహారాలే ఆయా గ్రంథాలలో చోటు చేసుకున్నాయి.

వేదాలన్నింటినీ ప్రార్థనా సంపుటాలుగా భావించవచ్చు. యజ్ఞయాగాదుల నిర్వహణ, కర్మకాండ, దేవతల ప్రీతికోసం చేసే ప్రార్థనలు, మంత్రతంత్రాలు, మార్మిక విషయాలు, ఆనాటి మనుషుల ఆశలు, కోరికలు, ఊహలే వేదాల నిండా దర్శనమిస్తాయి. ఇంతకుమించి వాటిలో ఈనాటి సైన్సుకు మూలమైన జ్ఞానం వుందనడం వాస్తవాన్ని వక్రీకరించడమే.

వారనుకుంటున్నట్లు అంతా వేదాల్లోనే వుంటే బ్రాహ్మణాలు, అరణ్యకాలు, ఉపనిషత్తులు, దర్శనాలు, స్మృతులు, ఇతిహాస పురాణాలు ఎందుకు వెలువడినట్లు?

'దైవాధీనం జగత్సర్వం, మంత్రాధీనం తు దేవతా ।

తన్మంత్రం బ్రాహ్మణాధీనం, బ్రహ్మణోమమ దైవతాం ॥

బ్రాహ్మణిజం యొక్క అసలు స్వరూపం ఇదే. జగత్తు దేవుని ఆధీనంలో వుంది. ఆ దేవుడు మంత్రాధీనంలో వున్నాడు. ఆ మంత్రాలు బ్రాహ్మణుల ఆధీనంలో వున్నాయి. అట్టి బ్రాహ్మణులే దైవ సమానులు. అందుకే వారు భూసురులుగా వున్నారు.

ఇంద్రియం నుండి మానవజాతి జనించింది కాని, అవయవాల నుండి కాదన్నారు సూర్యకామేశ్వరరావు. బాగానే వుంది. అయితే రుగ్వేదంలోని పురుషసూక్తంలో ప్రసిద్ధమైన ఈ రుక్కును చూడండి.

''బ్రాహ్మణోస్య ముఖమాసీత్ బాహూరాజన్య కృతః ।

ఊరూ తదస్య యద్వైశ్యః పద్భ్యాం శూద్రో అజాయతే ॥

ముఖం నుండి బ్రాహ్మణులు, బాహువుల నుండి క్షత్రియులు, తొడల నుండి వైశ్యులు, పాదాలనుండి శూద్రులు పుట్టారని దీని భావం. దీనికి ఎవరు ఎన్నిరకాలుగా వక్రభాష్యాలు చెప్పినా వాస్తవం దాగదు. వర్ణధర్మాన్ని వివరిస్తూ పై మూడు వర్ణాల వారికి సేవ చేయడమే శూద్రవర్ణ ధర్మంగా పేర్కొన్నారు. ఇది కుట్రతో కూడిన వివక్ష కాదా? ముఖం, బాహువులు, ఊరువులు, పాదాలు అవయవాలు కావా?

భగవద్గీతలో కులాల ప్రస్తావన లేదన్నారు. వాస్తవానికి భగవద్గీత మొదటి అధ్యాయం ''అర్జున విషాదయోగం'' లోనే కుల ప్రస్తావన చాలా వుంది. యుద్ధం వల్ల కులం నశిస్తుందని, కులం నశించడం వల్ల కులాచారాలు నశిస్తాయని, అధర్మం వ్యాపిస్తుందని, అప్పుడు కులస్త్రీలు తమ పతివ్రతా ధర్మాన్ని విడనాడి పతితులవుతారని, వారివల్ల వర్ణాశ్రమ ధర్మాలు నశిస్తాయని, వర్ణసంకరం జరుగుతుందని, అందువల్ల పితృదేవతలకు పిండప్రదాన క్రియలు జరగక వారు అధోలోకాల్లో పడిపోతారని వివరించే శ్లోకాలు అందులో వున్నాయి. అయినా భారత హైందవమంతా వర్ణసాంకర్యం నుండి తప్పించుకోలేదు.

మనుషులు తమ గుణకర్మలను సంస్కరించుకుంటూ ఒక వర్ణం నుండి మరో వర్ణంలోకి స్వేచ్ఛగా ప్రవేశించవచ్చు లేదా నిష్క్రమించవచ్చు అని కూడా సెలవిచ్చారు. ఎవరైనా అటువంటి ప్రయత్నం చేస్తే ఫలితం ఎలా వుంటుందో శూద్రుడైన శంబుకుని కథ మనకు తెలుపుతుంది. తపస్సు చేస్తున్న శంబుకుడిని, వర్ణధర్మాన్ని అతిక్రమించాడనే కారణం చేతనే రాముడు అతడిని వధించినట్లు తెలుస్తున్నది.

ప్రారంభంలో యుద్ధం చేయడానికి నిరాకరించిన అర్జునుడు కృష్ణుడి ఉపదేశానంతరం యుద్ధం చేయడానికి సంసిద్ధతను తెలుపుతాడు. తన ఇచ్ఛకు వ్యతిరేకంగా లొంగిపోవడం ఇక్కడ కనిపిస్తుంది. యుద్ధం చేయనన్న వాడితో యుద్ధాన్ని చేయించడమే భగవద్గీత లక్ష్యం. అదే గీతా సారాంశం. అందులో శాంతిని, అహింసను, విజ్ఞానాన్ని వెదకడం నిష్ప్రయోజనం.

తనను తాను మరచిపోయి పరమాత్మలో లీనమవడమే ఆధ్యాత్మికత అని, సకల సృష్టిని సమభావంతో చూడడమే ఆధ్యాత్మికత అని పేర్కొనడం హిందూమత ప్రచారానికి తోడ్పడే మార్మికవాద సూత్రం. ఆత్మల, పరమాత్మల ఉనికి ఏనాడూ రుజువు కాలేదు. ఈ చరాచర జగత్తుకు బాహ్యంగా, అతీతంగా మరో శక్తిని ఊహించడానికే వీలు లేదంటుంది ఆధునిక విజ్ఞాన శాస్త్రం. మనం ఆలోచించేది, ఊహించేది, గ్రహించేది, అనుభవించేది

అంతా వాస్తవమైన భౌతిక జగత్తుకు సంబంధించిందే కాని మరొకటి కాదు. అంటే అభౌతికం, అతీతం, ఆధ్యాత్మికం అనే మాటలకు అర్థం లేదు. ఉన్నదంతా భౌతికవాస్తవికత మాత్రమే.

సైన్సుకు అందని సత్యాన్ని మతం కనిపెడుతుందని, సైన్సు ఆగిపోయిన చోట మతం ప్రారంభం అవుతుందని భావించే వేదాంతులకు ఈ దేశంలో కొదువలేదు. అదంతా అజ్ఞాన జనితమే. జ్ఞానమంతా వేదాల్లోనే వుందనే వాదం ఆర్యసమాజ స్థాపకుడైన దయానందుడితోనే ప్రారంభమైనట్లు కనిపిస్తుంది. దానికి మెరుగులు దిద్దిన వివేకానందుడు పాశ్చాత్యుల భౌతిక విజ్ఞానాన్ని, ప్రాచ్యుల ఆత్మవిజ్ఞానంతో మేళవించినప్పుడే సంపూర్ణ జ్ఞానం కలుగుతుందనే సమన్వయ సిద్ధాంతాన్ని ప్రతిపాదించాడు. సైన్సు పెరుగుతున్న కొద్దీ మత భావాలకు విఘాతం కలుగుతుందని భావించిన వివేకానందుడు హిందూమతాన్ని కాపాడడానికే అటువంటి సిద్ధాంతాన్ని ప్రతిపాదించినట్లు తెలుస్తోంది.

ఏది ఏమైనా ఈనాడు భారతదేశానికి వున్న ప్రమాదాలన్నిటిలో హిందూమత ఫండమెంటలిజమే ప్రధానమైనది. అది ఫాసిజం రూపాన్ని సంతరించు కొంటున్నది. హిందూ ఫాసిజమే భారతీయిజంగా చలామణి అవుతున్నది. ఆధునిక విజ్ఞానం ఆధారంగా భావవిప్లవం వచ్చినప్పుడే ఈ సమస్య పరిష్కారమవుతుంది.

(21-01-2012న 'ఆంధ్రజ్యోతి' దినపత్రికలో అచ్చయిన వ్యాసమిది)

- హేతువాది, ఏప్రిల్ 2012

మత విద్వేషాలు కాదు, మానవతా విలువలు కావాలి

'ఆంధ్రజ్యోతి' పత్రికలో గత రెండు నెలలుగా హిందూమతానికి అనుకూలంగా, వ్యతిరేకంగా వాదోపవాదాలు జరుగుతున్నాయి. కంచె ఐలయ్య రచించిన 'హిందూ మతానంతరం భారతదేశం'తో ఇవి ప్రారంభం అయినట్లు తెలుస్తుంది. అరవిందరావు, హనుమాన్‌చౌదరి, జి. నాగేశ్వరరావు, గీతాంజలిమూర్తి వంటివారు హిందూమతానికి అనుకూలంగా వాదిస్తున్నారు. భీనవేణి, ప్రొఫెసర్ భంగ్యాభూక్యా, జి. రాములు, కె.వి. కృష్ణ వంటి వారు మతానికి వ్యతిరేకంగా వాదిస్తూ వచ్చారు. అందరికంటే 'పెరుగుతున్న మతభావన' (మార్చి 3, ఆంధ్రజ్యోతి) అనే వ్యాసంలో కె.వి. కృష్ణ వెలిబుచ్చిన అభిప్రాయాలే వాస్తవాన్ని ప్రతిబింబించేవిగా, హేతుబద్ధంగా, సమంజసంగా వున్నాయి.

ప్రపంచవ్యాప్తంగా మానవజాతి చరిత్రను పరిశీలిస్తే నూతన సత్యాల వెలుగులో విజ్ఞాన శాస్త్రాలు అభివృద్ధి చెంది మానవజాతిని ప్రగతి పథంలో నడిపించినట్లు తెలుస్తుంది. దీనికి భిన్నంగా ఆదిమ విజ్ఞాన దశలో మానవుడు సృష్టించుకున్న దైవభావం తదనంతర కాలంలో కరడుగట్టిన మతభావాలకు దారితీసింది. పెరుగుతున్న జ్ఞానానికి, అనుభవానికి సంబంధం లేకుండా, మార్పు లేకుండా ఆగిపోయి, స్తంభించిపోయిన భావాలే వ్యవస్థీకృతమై మతాలుగా రూపొందినట్లు చరిత్ర చెబుతోంది. ప్రాచీనకాలంలో విలసిల్లిన నాగరికతలన్నింటిలోను మతభావాలు ఒకే క్రమాన్ని అనుసరించినట్లు కూడా అర్థమవుతుంది.

ప్రతి నూతన మతం తనకు ముందున్న మతంలోని లోపాలను అధిగమించే ఉద్దేశంతోనే బయలుదేరినా, చివరికి అన్ని మతాలూ పాతభావాల వద్దనే ఆగిపోయాయి. అభ్యుదయానికి అడ్డంకిగా మారిపోయాయి.

ప్రతి మతస్తుడూ అన్ని మతాల కంటే తన మతమే గొప్పదని భావిస్తాడు. ప్రతి

మతమూ ఇతర మతాలను నిందిస్తుంది, ద్వేషిస్తుంది. ప్రతి మతమూ ఇతర మతాలవారిని నాస్తికులుగానే పరిగణిస్తుంది. ఇతర మతాలను నాశనం చేయడానికి, తమ మతాన్ని వ్యాప్తి చేసుకోడానికి నిరంతరం కృషి చేస్తుంది. ఆ క్రమంలోనే మత యుద్ధాలను సృష్టిస్తుంది. తమ దేవుడి కోసం, మతం కోసం ప్రాణాలు ఇవ్వడానికి, ప్రాణాలు తీయడానికి వెనుకాడని భయంకరమైన ఉన్మాదస్థితిని కలిగిస్తుంది. చరిత్రలో జరిగిన మత యుద్ధాలు, ఒకే మతంలోని విభిన్న శాఖల మధ్య చోటు చేసుకున్న మత కలహాలు, సంఘర్షణలు కోట్లాది మందిని బలిగొన్నాయి.

పైకి సామరస్యాన్ని, శాంతిని ప్రబోధించే మతాలు ఆచరణలో తద్విరుద్ధంగా ప్రవర్తించి మారణహోమాలను సృష్టిస్తున్నాయి. అటువంటి కీలక సమయాల్లోనే మతాల నిజస్వరూపం బహిర్గతమవుతుంది. అందువల్ల అన్ని మతాలను తిరస్కరింపవలసిందే. ఏ ఒక్క మతాన్నీ వెనకేసుకు రావడానికి వీలులేదు.

ఉచ్ఛనీచ తారతమ్యాలను పాటించే కులవ్యవస్థ హిందూ మతానికే పరిమితమైంది. గత రెండువేల సంవత్సరాలకు పైగా వున్న వర్ణవ్యవస్థ కులాల వ్యవస్థగా రూపొంది స్థిరపడింది. హిందూమతాన్ని గురించి ఎవరెన్ని ధర్మసూత్రాలు వల్లించినా సారాంశంలో వర్ణధర్మాన్ని అంటే కులధర్మాన్ని కాపాడటమే ఏకైక లక్ష్యంగా కనిపిస్తుంది.

ఈ వర్ణ వ్యవస్థ ఆర్యుల ద్వారా సంక్రమించినట్లు అర్థమవుతోంది. ఆర్యులు భారతదేశానికి సంబంధించిన స్థానికులు కాదనడానికి కావలసినన్ని సాక్ష్యాధారాలు లభిస్తున్నాయి. ఈ దేశానికి రాష్ట్రపతిగా పనిచేసిన సర్వేపల్లి రాధాకృష్ణన్ కూడా తాను రచించిన భారతీయ తత్వశాస్త్రం అనే గ్రంథంలో ఈ అంశాన్ని ధృవపరిచారు.

ఆర్యులు పంజాబు గుండా భారతదేశంలోకి వచ్చారనీ, అప్పటికే ఈ దేశంలో స్థిరపడ్డవారిని అన్యులుగా చిత్రించి వారి స్వేచ్ఛను హరించారన్నారు. ఆర్యులకు పూర్వమే చాలాముందుగా ద్రావిడులు ఇక్కడ స్థిర నివాసాలేర్పరచుకున్నారని, ఆర్యుల కంటె ముందే ద్రావిడ నాగరికత ఇక్కడ విలసిల్లిందనీ రాధాకృష్ణన్ పేర్కొన్నారు.

అర్యస్త్రై వర్ణికాః అనార్యః శూద్రః ఆర్యులు మూడు వర్ణాలవారేనని, శూద్రులు అనార్యులని గౌతమ స్మృతి అంటున్నది. ఆర్యులు ఎక్కడివారైనా, ఇక్కడి సింధూ నాగరికత కాలంలో దండెత్తి వచ్చి, ఇక్కడి వారిని జయించి, వారిని శూద్రులుగా, రాక్షసులుగా చిత్రించారు. కట్టు కథలతో పుక్కిటి పురాణాలను రచించి, వాటికి ప్రచారం కల్పించారు. ఈనాడు హిందూమతం పేరిట, హిందూ ధర్మం పేరిట రాజ్యమేలుతున్నది మాత్రం ఈ పౌరాణిక సంస్కృతి, ఈ కుల సంస్కృతే.

మనుషులను కులాలపేరిట చీల్చడమే గాక మనుషులను తాకడమే మహాపాపంగా భావించింది హిందూమతమే. సతీసహగమనం వంటి భయంకరమైన దురాచారాన్ని పాటించింది హిందూమతమే. సత్యాన్ని సమానత్వాన్ని బోధించిన చార్వాక, బౌద్ధ, జైనాది భావవిప్లవోద్యమాలను సమూలంగా నాశనం చేసిందీ హిందూమతమే. ఎవ్వరూ కాదనలేని చారిత్రక సత్యాలివి.

'కుల వివక్షకు హిందూమతంలో ఎటువంటి ప్రామాణికము లేదు. నేడు కొన్ని స్వార్థశక్తులు కులవ్యవస్థను వక్రీకరించి రాజకీయం చేస్తున్నారని జి. నాగేశ్వరరావు తన ధర్మరక్షణ (22-2-12 ఆంధ్రజ్యోతి)లో ఆక్షేపిస్తున్నారు. వీరికి మనుధర్మశాస్త్రం గురించి తెలియదనుకోవాలా? మనుధర్మం శాసనాలను మించిన దుష్టశాసనాలు ప్రపంచంలోనే ఎక్కడా లేవు.

శూద్రుడు ద్విజుడిని (బ్రాహ్మణుడిని) పేరుపెట్టి పిలిస్తే అతని నోట్లో మండుతున్న పది అంగుళాల ఇనుపకొర్రును దోపాలి. శూద్రుడు తనకంటె పై వర్ణం వాడిని ఏ అంగంతో కొడితే ఆ అంగాన్ని ఛేదించాలి. శూద్రుడు ద్విజుడిని కొట్టడానికి చెయ్యి ఎత్తితే చేతిని నరకాలి. కాలు ఎత్తితే కాలుని నరకాలి. (మనుస్మృతి 8-23, 24, 25).

ద్విజుడితో సమానమైన ఆసనం మీద కూర్చుంటే ఆ శూద్రుడి నడుమును కర్రతో కాల్చి, పిర్రలు కోసివేయాలి. శూద్రుడికి స్వంత ఆస్తి ఏమీ వుండరాదు. కాబట్టి అతని వద్ద వున్న ధనాన్ని బ్రాహ్మణుడు బలవంతంగా లాక్కోవచ్చు. శూద్రుడు పాదాల నుండి

పుట్టాడు కాబట్టి అతడు ద్విజుడిని తిడితే నాలుక కోసివేయాలి. (మనుస్మృతి 8-26, 30, 22).

ఇటువంటి భయంకరమైన కులవర్ణ వివక్షతో మనుస్మృతి చెబుతున్న 'హిందూ ధర్మం' ఎటువంటిదో సులభంగా గ్రహించవచ్చు. ఇటువంటి హిందూమతాన్ని లేదా హిందూ ధర్మాన్ని జీవన విధానమని, మహాసముద్రం వంటిదని, అది ఏనాడూ ఇంకిపోదని సమర్థించారు, గీతాంజలి మూర్తి తన వ్యాసం 'మహాసముద్రం ఇంకిపోతుందా?' (23-2-12, ఆంధ్రజ్యోతిలో).

సమానత్వాన్ని నిరాకరించి, వివక్షతో అసమానతలను సృష్టించి, పెంచి పోషించే మతాలన్నిటినీ తిరస్కరించవలసిందే. నియంతృత్వ పోకడలతో అక్రమాలకు, అన్యాయాలకు, దౌర్జన్యాలకు పాల్పడుతున్న మతాలను సమర్థించడం మన తాత్విక దారిద్ర్యాన్ని తెలియజేస్తుంది.

హిందూమతం గొప్పతనం గురించి, భగవద్గీత గొప్పతనం గురించి చెప్పడానికి కొందరు వక్రభాష్యాలను ఆశ్రయిస్తున్నారు. తెలంగాణ సేవాసమితి అధ్యక్షులు బి. రామమోహనరెడ్డి తన వ్యాసం 'సర్వమతాలకు తల్లి' (2-3-12 ఆంధ్రజ్యోతి)లో ఏకంగా ఐన్‌స్టీన్‌ను తప్పుగా ఉదహరించారు. 'నేను భగవద్గీత చదివి భగవంతుడు విశ్వసృష్టి చేసిన విధానం అర్థం చేసుకున్నాను. ఆ తర్వాత మిగతా సిద్ధాంతాలన్నీ శుష్కమైనవని నాకు విశదమయింది' అని ఐన్‌స్టీన్ అన్నట్లు కోట్ చేశారు. ఇది పూర్తిగా తప్పు. విశ్వాన్ని గురించి, సృష్టి జరగలేదనే విషయాన్ని గురించి విశ్వంలోని నియమబద్ధత గురించి తన సాపేక్ష సిద్ధాంతం ద్వారా లోకానికి చెప్పి, విజ్ఞానశాస్త్రాన్నే కొత్తపుంతలు తొక్కించిన మహామేధావి ఐన్‌స్టీన్. అతడు భగవద్గీత చదివి విశ్వసృష్టిని భగవంతుడు చేసిన విధానం తెలుసుకున్నాడనడం ఐన్‌స్టీన్‌ని అవమానించడమే అవుతుంది. ఐన్‌స్టీన్ నికార్సయిన నాస్తికవాది. అతని మాటలకు వక్రభాష్యాలు చెప్పడం ద్వారా ప్రయోజనం పొందాలనుకోవడం నిరర్థకం.

మతాలను, మతాచారాలను సంస్కరించాలని బయలుదేరిన సంస్కర్తలు

చాలామంది వున్నారు. చివరికి వారు ఆశించిన సంస్కరణలు సాధించకపోగా హిందూమతంలో కొత్త శాఖలు స్థాపించిన వారయ్యారు. దయానందుడు విగ్రహారాధనను, మహత్యాలను పూర్తిగా ఖండించాడు. అయినా హిందూమతంలో వాటిని నిర్మూలించలేకపోయాడు. చివరికి ఆర్యసమాజాన్ని స్థాపించి, అంతా వేదాల్లోనే వుందని, వేదాలదాకా వెనక్కి వెళ్లండి అనే నినాదాన్ని ఇచ్చాడు. అంతా వేదాల్లోనే వుందనే నినాదం మాత్రం బాగా పనిచేసింది.

ఈనాడు హిందూ మతప్రచారకులు అంతా వేదాల్లోనే వుందన్నట్లు ఇస్లాం మతప్రచారకులు విజ్ఞానమంతా తమ ఖురాన్‌లోనే వుందని, క్రైస్తవ మత ప్రచారకులు విజ్ఞానమంతా తమ బైబిల్‌లోనే వుందని ఊదరగొడుతున్నారు.

పాశ్చాత్యులు మన వేదాలను దొంగిలించి సైన్సును కనిపెట్టారని ప్రగల్భాలు పలికేవారు ఆ వేదాల నుంచి వేదపురుషులుగాని, వేరొకరుగాని ఇక్కడ ఎందుకు కనిపెట్టలేకపోయారో చెప్పలేదు. వేదాల్లో వున్నదంతా ఆనాటి ప్రజల జీవనాన్ని ప్రతిబింబించే విషయాలే. వేదాల్లోని ఋక్కులన్నీ ప్రార్థనాగీతాలే. నిత్యజీవితానికి అవసరమైన ఆహారపానీయాలు, ఆరోగ్యం, సంతానం, సౌభాగ్యం, విజయం వంటివే కావాలని కోరే ప్రార్థనలే అవన్నీ. ఇందులో ఆధునిక విజ్ఞానముందని విషప్రచారం చేయడం నేటి హిందుత్వవాదులు అవలంబిస్తున్న విధానం. భూమి గోళమని గాని, సూర్యుడి చుట్టూ తిరుగుతుందనిగాని వేద ఋషులకు తెలియదు.

నూటికి ఎనభైమందిగా వున్న శూద్రులకు వేదాలను చదివే అర్హతను నిషేధించిన హిందూ మతనాయకులు, పాలకులు ఆ వేదాల్లోనే భారతీయులందరికీ చెందిన ఉత్తమ సంస్కృతి వుందనడం, అది ప్రపంచానికి ఆదర్శప్రాయంగా నిలుస్తుందని చెప్పడం మహాఘోరం. శిలాయుగ సంస్కృతిని పునరుద్ధరించి సింహాసనమెక్కించే ప్రయత్నం ఇక్కడ, ఇప్పుడు జరుగుతున్నదంతా మరెక్కడా జరగలేదు.

ముందుగా అజ్ఞానం నుంచి విజ్ఞానాన్ని, అసత్యం నుంచి సత్యాన్ని, పురాణాల నుంచి సైన్సుని, కట్టుకథల నుంచి చరిత్రనూ వేరు చేయగలగాలి. జ్ఞానం, సత్యం అనేవి

వేదాలతోనో, భగవద్గీతతోనో ఆగిపోయేవి కాదు. అలాగే ఖురాన్, బైబిలుతో ఆగిపోయేవి కావు.

జ్ఞానం, సత్యం అనేవి ఎల్లప్పుడూ సాపేక్షంగా వుంటాయి. అవి నిరంతరం ఇతోధికంగా పెరుగుతూ వుంటాయి. సంపూర్ణ జ్ఞానం, సంపూర్ణ సత్యం అనేవి లేవు. వుండవు. నిరంతరం పరిశోధనలు జరిపి నూతన సత్యాలను ఆవిష్కరించే సైన్సు ఎప్పటికప్పుడు తన తప్పులను గుర్తించి, సవరించుకుంటూ సమగ్ర సత్యంవైపు ప్రయాణిస్తూ వుంటుంది. ఆ సత్యాల సారమే తత్వశాస్త్రమవుతుంది.

దైవం పేరిట, మతం పేరిట బయలుదేరిన సిద్ధాంతాలన్నీ భూమిమీద మానవుడికి విలువ లేకుండా చేశాయి. జన్మరాహిత్యమో, పరలోక ప్రాప్తి లేదా పరమాత్మలో ఐక్యం కావడమో జీవితలక్ష్యంగా మారిపోయింది. మనుషుల కష్టాలకు కారణంగా కర్మ సిద్ధాంతాన్ని ప్రచారం చేస్తున్నారు. అసత్యాలపై ఆధారపడిన ఆధ్యాత్మికవాదం అంతటా వ్యాపించింది. దేశమంతటా తాత్విక దారిద్ర్యం తాండవిస్తోంది.

ఇటువంటి పరిస్థితులలో మతాలకు రాజకీయాలు తోడైనాయి. అన్ని మతాలలోను మత ఫండమెంటలిస్టు ధోరణులు ప్రబలుతున్నాయి. ఈ పరిణామాలన్నీ రాబోయే ప్రమాదాలకు సంకేతాలుగా నిలుస్తున్నాయి. కంచె ఐలయ్యగారు భావిస్తున్నట్లు హిందూమతం అంతరించిపోయే సూచనలు కనుచూపు మేరలో కనిపించడంలేదు. ఏ మతమూ అంత సులభంగా మనం ఆశించినట్లు అంతరించిపోదు.

ముందుగా ఆధునిక విజ్ఞానం మీద ఆధారపడిన శాస్త్రీయభావాలు, తాత్విక భావాలు ప్రజలలో వ్యాపించాలి. అందుకే హేతువాద, మానవవాద, భావవిప్లవోద్యమం విజయవంతం కావాలి. సమానత్వాన్ని సామాజిక ప్రగతిని కోరే అభ్యుదయ వాదులందరూ ఈ విధంగా కృషి చేయాల్సిన అవసరం ఉంది.

- హేతువాది, మే 2012

రావిపూడిపై సైదులు చేస్తున్న కువిమర్శలు

'పార్టీరహిత రాజకీయం' పత్రిక మార్చి, ఏప్రిల్ 2012 సంచికలో 'మార్క్సిజం హేతురహిత విమర్శలు' అనే శీర్షికతోను, 'హేతువాదం' పత్రిక జూలై, 2013 సంచికలో 'శాస్త్రీయ మార్క్సిజం రావిపూడి అశాస్త్రీయ రాద్ధాంతం' అనే శీర్షికతోను బి. సైదులు చేసిన విమర్శలు అతని అవగాహనా రాహిత్యానికి అద్దం పడుతున్నాయి. అందులో అతడు వెల్లడించిన భావాలు, రావిపూడి వెంకటాద్రిగారిపై చేసిన ఆరోపణలలో ప్రధానమైన వాటిలో కొన్నిటిని పరిశీలిద్దాం. స్థూలంగా ఆయన భావాలివి.

1)అభ్యుదయం అనివార్యమంటూ గతితర్కం ఒక ఆధునిక పురాణమైంది అంటున్నారు రావిపూడి. రావిపూడి అభ్యుదయాన్ని గతితర్కాన్ని, మార్క్సిజాన్ని వ్యతిరేకిస్తున్నారని అర్థమవుతుంది. రావిపూడి పరోక్షంగా పురాణాన్ని సమర్థించానికి పూనుకున్నారు అనిపిస్తుంది.

2)గతితర్కం సరైనది కాదు అని చెప్పడం కొరకు రావిపూడి ప్రయత్నిస్తున్నారు. మనం ఒకటి సరైనది కాదు అని చెప్పినపుడు సరైనది ఏదో కూడా చెప్పాలి. పాలకవర్గాలు దేవుడు ఉన్నాడు అంటారు. మనం దేవుడు లేడు అంటే సరిపోదు. దేవుడికి ప్రత్యామ్నాయం ఏదో దాని గురించి చర్చించాలి.

3)హేతువాద భావాలు, కులానికి సంబంధించిన భావాల లాంటివి ఉత్పత్తి సంబంధాలపై ఆధారపడని వర్గేతర భావాలు అంటుంటారు. ఉత్పత్తేతర భావాలు ఉండవు.

4)ఏ వ్యవస్థలో సైన్యము, పోలీసు శాఖ ఉంటాయో అది నియంతృత్వం అవుతుంది. సైన్యము, పోలీసుశాఖ మార్క్సు కంటె ముందునుండే ఉన్నాయి. అందువల్ల రావిపూడిగారు ఆరోపిస్తున్నట్లు నియంతృత్వానికి పునాది వేసింది కమ్యూనిస్టులు కాదు.

5)ప్రపంచ కార్మికులారా! ఏకం కండి అనేది రావిపూడికి గగుర్పాటు కలిగించే నినాదం అయింది. కారణం వారు పెట్టుబడిదారులను సమర్థించడమే కావచ్చు.

6)రావిపూడి తాను తీసుకున్న కొటేషన్లను యధావిధిగా వ్రాసి దానిపై తమ అభిప్రాయం రాయవచ్చును. కాని తన స్వంత వ్యాఖ్యానాలను ఏంగిల్స్ వ్రాసినట్లుగా చెప్పడం సరైన పద్ధతి కాదు.

7)కమ్యూనిస్టులు ఆర్థికం పునాది, భావజాలం ఉపరితలం అంటారు. భావజాలాన్ని ఆర్థికం నిర్ణయిస్తుంది అన్నారు. ఈ విషయంలో మాది తప్పు అనిగాని, మేము నేరస్తులమనిగాని మార్క్స్, ఏంగిల్స్ అన్న సందర్భాలు వేరు, రావిపూడి అన్వయించే సందర్భం వేరు.

8)ఏంగిల్స్ తప్పు ఒప్పుకున్నాడని ఒకసారి, ఒప్పుకోవడం గొప్ప విషయం అని మరొకసారి, పెంచి పోషించిన సిద్ధాంతాన్ని వదులుకోలేకపోయాడని ఇంకొకసారి ఇలా పరస్పర విరుద్ధమైన విషయాలను వ్రాశాడు రావిపూడి.

9)సాధారణంగా ఒకరిని పొగడదలచుకున్నపుడు విమర్శలతో మొదలుపెట్టి పొగడ్తలతో ముగింపు ఇస్తారు. విమర్శించదలచుకున్నపుడు పొగడ్తలతో మొదలుపెట్టి విమర్శలతో ముగింపు ఇస్తారు. రావిపూడి ఇదే టెక్నిక్‌ను ఉపయోగించారు.

10)ఒక విషయాన్ని దాని పరిణామం ఆధారంగా అధ్యయనం చేయడం గతితర్కం అవుతుంది. కావున రావిపూడి మానవ పరిణామం వరకైనా గతితర్కాన్ని భౌతికవాదాన్ని అంగీకరించనని పరోక్షంగా చెబుతున్నారు.

11)రావిపూడి మొదట ఒక అభిప్రాయాన్ని వ్యక్తం చేస్తారు. తరువాత వ్యక్తం చేసే అభిప్రాయం మొదటి అభిప్రాయాన్ని ఖండిస్తుంది. అది ఖండిస్తున్నదన్న విషయాన్ని వారు గ్రహించడం లేదు.

12)అసత్యము అంటే ఏమిటి? త్రికాలములలో ఉండనిది వర్తమానములో మాత్రమే ఉండేది. భౌతికవాదుల దృష్టిలో జీవులు అసత్యము, పదార్థము, సత్యము.

ఇందులో మొదటి ఐదు 'పార్టీరహిత రాజకీయం' పత్రికలోనివి. తరువాతివన్నీ 'హేతువాదం' పత్రికలోనివి. ఇలాంటి అభిప్రాయాలు ఇంకా చాలా ఉన్నాయి. అవన్నీ పూర్తిగా అవగాహనా రాహిత్యంతో కూడుకొన్నవే.

సైదులుగారికి 'మార్క్సిస్టు భౌతికవాదం' గ్రంథంలోని రావిపూడి వెంకటాద్రిగారి అభిప్రాయాలు అర్థం కాలేదు. మార్క్సిజానికి పునాదిగా ఉన్న గతితర్కం గురించి, అందులోని లోపాల గురించి చాల స్పష్టంగా వివరించారు వెంకటాద్రిగారు. లోపభూయిష్టమైన తర్కంలో చిక్కుకోవడంవల్లనే మార్క్సిజం తాను ఆశించిన లక్ష్యానికి విరుద్ధమైన దారిలో పయనం సాగించిందని విశ్లేషించారు.

అభ్యుదయం అనేది చైతన్యవంతులైన వ్యక్తుల సంకల్ప వివేకాలతో ముడిపడి ఉన్న అంశం. అయితే మార్క్సిజం చారిత్రక నియతి పేరుతో దాన్ని పూర్తిగా మార్చివేసింది. మార్క్సిజం ప్రకారం చరిత్రకే సంకల్పం ఉంటుందికాని, మనుషులకు ఉండదు. చరిత్రే మనుషులను నడుపుతుంది. మార్క్సిస్టు చారిత్రక సంకల్పం ప్రకారం వ్యక్తులు చరిత్రను సృష్టించలేకపోగా, చరిత్రే వ్యక్తుల్ని సృష్టించుకొంటుంది. మానవుడు తన చరిత్రను తానే నిర్మించుకుంటాడు (Man makes his own history) అనే సూత్రాన్ని వ్యాఖ్యానిస్తూ ఏంగిల్స్ ఇలా అంటాడు 'నెపోలియన్ లేకపోయినట్లయితే పరిస్థితుల అవసరానికి తగినట్లుగా సీజర్, అగస్టస్, క్రాంవెల్ వగైరాలు కనుగొనబడినట్లే మరొకడు అతని స్థానాన్ని నింపేవాడు. ఇది కర్మవాదం కాక మరేమవుతుంది?'

ఈ కారణంవల్లనే 'అభ్యుదయం అనివార్యమంటూ గతితర్కం ఒక ఆధునిక పురాణమైంద'న్నారు వెంకటాద్రిగారు. దీన్ని అర్థం చేసుకోకుండా రావిపూడి అభ్యుదయాన్ని వ్యతిరేకిస్తున్నారని, పురాణాలను సమర్థించడానికి పూనుకున్నారని ఆరోపిస్తున్నారు సైదులుగారు. వాస్తవానికి నిజమైన అభ్యుదయాన్ని ఆకాంక్షించకుండా, భౌతిక కర్మవాదాన్ని సమర్థించే దశకు చేరిన మార్క్సిజం ఆధునిక పురాణస్థాయిని సంతరించుకుందనడంలో అతిశయోక్తి లేదు.

గతితర్కం సరైనది కాదంటే సరిపోదని, సరైనది ఏదో కూడా చెప్పాలని అడుగుతున్నారు. సైదులుగారి తర్కం బాగానే ఉంది. అదేవిధంగా పాలకవర్గాలు దేవుడు ఉన్నాడు అంటారు. మనం దేవుడు లేదంటే సరిపోదు దేవుడికి ప్రత్యామ్నాయాన్ని కూడా చూపాలంటారు. గతితర్కమంటే ఇదే కాబోలు!

మార్క్స్ కూడా మతం మత్తుమందు అన్నాడు. దేవుడు లేడని నాస్తికత్వాన్ని సమర్థించాడు. మతానికి, దేవుడికి ప్రత్యామ్నాయంగా మరోదాన్ని చూపలేకపోయాడు. ఇంతకూ సైదులుగారి తర్కంలోని అంతరార్థమేమిటో?

పాలకవర్గాలు దేవుడు ఉన్నాడు అంటారు అనడంలోనే ఆయన మతితప్పి మాట్లాడుతున్నారనే విషయం స్పష్టమవుతుంది.వాస్తవానికి కార్మిక కర్షకవర్గాలతో సహ పేద ధనిక తేడా లేకుండా అందరూ దేవుడు ఉన్నాడనే భావించి పూజాపునస్కారాలు చేస్తున్నారు. గుళ్లు గోపురాలు చుట్టూ తిరుగుతున్నారు. అయితే సైదులుగారికి మాత్రం పాలకవర్గాలు మాత్రమే కనిపిస్తున్నాయి.

కులం, మతం, జాతి, వర్గం వంటివన్నీ సమష్టి మిథ్యా భావనలు. వాటిని ఖండిస్తున్నామంటే వాటి స్థానంలో మరోరకమైన, భిన్నమైన మిథ్యాభావనలను ఆహ్వానించడానికి కాదు. దేవుడు అనేది మిథ్యాభావన. మిథ్యా భావనకు ప్రత్యామ్నాయాలను ఆశించడంలో అర్థం లేదు. మానవుడి శ్రేయస్సుకు అవరోధంగా ఉన్న వాటినన్నిటినీ వదులుకోవాలి. అదే హేతువాదవైఖరి.

గతితర్కం తప్పంటే దాన్ని వదులుకోవాలని అర్థం. దాని స్థానంలో మరో కుతర్కాన్ని ప్రతిపాదించాల్సిన అవసరం లేదు. అసలు భౌతికవాదాన్ని అపార్థం చేసుకోవడంవల్ల గతితర్కం దారి తప్పింది. భావాలకు సంబంధించిన గతితర్కాన్ని భౌతిక జగత్తుకు సంధించి విచిత్రమైన ఫలితాలను సాధించడానికి ప్రయత్నించింది మార్క్సిజం.

అనుయోగి (Thesis), ప్రతియోగి (Antithesis), సంయోగి (Synthesis) అనే త్రికరూపంలో కొనసాగే హెగెలీయ గతితర్కాన్ని వివిధ శాస్త్రాలకు అన్వయించి ఏంగిల్స్ చూపిన ఉదాహరణలు, వాదనలు హాస్యాస్పదంగా ఉన్నాయి.

సైదులుగారు కూడా అభావ అభావసూత్రాన్ని వివరిస్తూ (Negation of Negation) 'అభావము రెండు భాగాలుగా జరుగుతున్నది. ఒకటవ భాగంలో గింజ నశించడం లేదా అదృశ్యం కావడం, రెండవ భాగంలో మొక్క పుట్టడం జరుగుతున్నది. అభావము అభావము చెందుటలో పుట్టడం ఉన్నది, చనిపోవడం కూడా ఉన్నది' అన్నారు. ఇది కూడా అవగాహనా లోపమే.

వాస్తవానికి గింజ మొక్కగా మారే సందర్భంలో 'నశించడం' అనేది ఎక్కడా లేదు. గింజ నాశనమై మొక్క, మొక్క నాశనమై గింజలు వస్తున్నవంటే ఆధునిక వృక్షశాస్త్రజ్ఞులు నవ్వుతారు. గింజ పరిణామం చెంది మొక్కగా మారుతున్నదే తప్ప అందులో నాశనం కావడం లేదని గమనించాలి.

ఏంగెల్స్ ఈ అభావ అభావ సూత్రాన్ని గణితశాస్త్రానికి, జీవశాస్త్రానికి, తత్వశాస్త్రానికి, చరిత్రకు ఎలా అన్వయించాడో ఆ వివరాలన్నిటిని వెంకటాద్రిగారు స్పష్టంగా విశ్లేషించి, వాటి తార్కిక పర్యవసానాలు ఎంత ప్రమాదకరంగా, భయంకరంగా ఉంటాయో కూడా చూపించారు. అవేవీ అర్థం చేసుకోకుండా అహేతుకమైన విమర్శలు చేస్తున్నారు సైదులుగారు.

అన్ని భావాలూ ఉత్పత్తి సంబంధాలపైనే ఆధారపడతాయని, ఉత్పత్త్యేతర భావాలు ఉండవని కూడా ఆయన అన్నారు. ఇది మరీ విడ్డూరంగా ఉంది. భావాలకు సంబంధించిన ప్రాథమిక అవగాహన కూడా లేదని దీనివల్ల తెలుతుంది. హేతువాద భావాలు, కులానికి సంబంధించిన భావాల లాంటివి ఉత్పత్తి సంబంధాలపై ఆధారపడని వర్గేతర భావాలు కావంటున్నారు.

ఆదిమకాలం నుండి ఆధునిక కాలం వరకు మానవుడు ఆర్జించుకొన్న భావాలన్నీ కూడా వర్గభావాలనడం, ఉత్పత్తి సంబంధాలపై ఆధారపడిన భావాలనడం ముదిరిన వర్గ జాడ్యానికి నిదర్శనం. భావాలు ఉత్పత్తి సంబంధాలు ఏర్పడక పూర్వం నుండే ఉన్నాయి. మరి అవి ఎలా ఏర్పడినట్లు? ప్రకృతిలో జరిగే సంఘటనల ఆధారంగా భావాలు ఏర్పడతాయి. ఒకసారి ఏర్పడిన భావాలు స్వతంత్ర ప్రతిపత్తిని సంతరించుకొంటాయి.

భావాలమీదుగా కూడా నూతన భావాలు ఏర్పడతాయి. విజ్ఞానశాస్త్ర చరిత్రంతా ఇదే విషయాన్ని రుజువు చేస్తుంది. జాతికుల మతాది భావాలు ఏర్పడటానికి ఏ ఉత్పత్తి సంబంధాలు కారణమవుతున్నాయి? సైదులుగారి ఇటువంటి ప్రశ్నలకు సమాధానాలు చెప్పలేరు. ఎందుకంటే వాటికి సమాధానాలు మార్క్సిజంలోనే లేవు.

భావాలను నిర్లక్ష్యం చేసి, నైతిక విలువలకు తిలోదకాలివ్వడం వల్లనే మార్క్సిజం విఫలమైందనే విషయాన్ని విస్మరించడానికి వీలులేదు. సైదులుగారి దృష్టిలో కులమత భావాలకు, దైవభావానికి, భక్తి భావాలకు, అసమానతలతో కూడిన అనేక అన్యాయమైన భావాలకు కూడా ఉత్పత్తి సంబంధాలే కారణమవుతాయి. దాన్ని గతితర్క మహిమగా భావించాలి కాబోలు!

సైదులుగారు భావించినట్లు సైన్యం, పోలీసుశాఖ ఉన్నంతమాత్రాన అది నియంతృత్వం కాదు. రాజ్యమనేది పాలకవర్గానికి కొమ్ము కాసి, వారి ప్రయోజనాలను కాపాడే హింసాత్మకమైన వ్యవస్థ అని, వర్గరహిత సమాజంలో దాని అవసరం లేనందువల్ల అది రాలిపోతుందనేది మార్క్సిస్టు సిద్ధాంతం. కాని ఆచరణలో వాస్తవంగా జరిగిందేమిటి? కమ్యూనిస్టు విప్లవాలుగా భావించే రష్యా, చైనాలతో సహా ఏ కమ్యూనిస్టు రాజ్యంలోనూ రాజ్యం రాలిపోలేదు. అంతర్ధానం కాలేదు. మరింతగా శక్తివంతమైంది. దానికి కారణాలేమిటో సైదులుగారికి తెలిస్తే చెప్పాలి.

రాజ్యమనేది సామాజికావసరం. ప్రజాస్వామ్య దేశాల్లోగాని, కమ్యూనిస్టు దేశాల్లోగాని దాని అపసరం ఎల్లప్పుడూ ఉంటుంది. సైన్యము, పోలీసు శాఖ ఉన్నంతమాత్రాన దాని నియంతృత్వం అనలేము. మార్క్సిజం సిద్ధాంతరీత్యానే కార్మికవర్గ నియంతృత్వాన్ని ప్రతిపాదించింది. తాత్కాలికావసరంగా ఉండాల్సిన నియంతృత్వం శాశ్వతత్వాన్ని సంతరించుకొంది. రాజులు, చక్రవర్తులు వ్యక్తిగత నియంతలే. వారి స్థానంలో సిద్ధాంత నియంతృత్వం వస్తే అది శాశ్వత నియంతృత్వమవుతుంది. నేడు అనేక దేశాలు సైనిక నియంతృత్వాలుగా, మత నియంతృత్వాలుగా, వర్గ (కమ్యూనిస్టు) నియంతృత్వాలుగా పాలిస్తున్నాయి. మార్క్సిజం భావించినట్లుగా వర్గరహిత,

రాజ్యరహిత సమాజాలు ఆవిర్భవించలేదు.

రావిపూడి పెట్టుబడిదారులను సమర్థిస్తారని, ప్రపంచ కార్మికులారా ఏకం కండి అనే నినాదం వారికి గగుర్పాటు కలిగించేదని ఆరోపించారు. ప్రపంచ కార్మికులు ఏకమయ్యే విషయం అటుంచి అసలు కమ్యూనిస్టు దేశాలు ఏకమయ్యాయో లేదో గమనించండి. ఒక కమ్యూనిస్టు దేశం మరో కమ్యూనిస్టు దేశంపై దండెత్తి యుద్ధం చేయడాన్ని ఎలా అర్థం చేసుకోవాలి? ఒకే కమ్యూనిస్టు దేశంలో కమ్యూనిస్టులు వందలాది గ్రూపులుగా చీలిపోవడమే గాక, ఒకరినొకరు పరస్పరం భౌతికంగా నిర్మూలించుకునే (అంతశ్శత్రు నిర్మూలన) కార్యక్రమం జరుగుతుండడానికి కారణాలేమిటి? మనదేశంలో కూడా నేడు జరుగుతున్న తీవ్రవాద కమ్యూనిస్టు హత్యలకు కారణాలేమిటి? ప్రపంచ కార్మికులారా విడిపోయి తన్నుకోండి చంపుకోండి' అనే నినాదమే నేడు ప్రపంచ వ్యాప్తంగా అమలవుతున్నది. సైదులు వాటిని గుర్తించరు.

రావిపూడిగారు తాను తీసుకొన్న కొటేషన్లను వక్రీకరించి, స్వంత వ్యాఖ్యానాలు చేస్తున్నారని ఆరోపించారు సైదులుగారు. ఇది చాలా దారుణం. ఆయన వీలయిన ప్రతి సందర్భంలోను పాదసూచికల రూపంలోగాని, వ్యాసం చివరగాని మూలాన్ని కోట్ చేయడానికే ప్రయత్నించారు. వీలుకాని చోట్ల సందర్భాన్ని చెప్పి దాని సారాంశాన్ని ఇచ్చారు. ఎక్కడా, ఎప్పుడూ మార్క్సు, ఏంగెల్స్‌ల భావాలనుగాని, మరొకరి భావాలనుగాని వక్రీకరించి వ్యాఖ్యానాలు చేయలేదు. ఆరోపణలు చేసిన సైదులుగారు కనీసం ఒక్క ఉదాహరణనైనా చూపలేదు. ఆధారాలేమీ చూపకుండా ఆరోపించడమే గతితార్కిక వాదుల పద్ధతా?

'మార్క్సుకాని, నేను కాని మా రచనలలో ఒక విషయాన్ని స్పష్టపరచలేక పోయాం. ఆ విషయంలో మేము సమానంగా నేరస్థులమే 'అంటే రాజకీయ, న్యాయ, ఆదర్శ సంబంధమైన అభిప్రాయాలు కాని, ఆ అభిప్రాయాలతో చేసే ఆచరణగానీ ప్రధానంగా ఆర్థికత మీద నంచి వస్తున్నవేనని మేమన్నాం' అని వెంకటాద్రిగారు చూపిన కొటేషన్‌ను అబద్ధమంటున్నారు సైదులుగారు. మూలాన్ని యధాతథంగా ఇవ్వలేదని,

మార్క్స్, ఏంగెల్స్‌లు ఎక్కడా అలా అనలేదని అంటున్నారు. అటువంటపుడు వెంకటాద్రిగారు పాదసూచికలో మార్క్స్, ఏంగెల్స్ రచనల (సెలెక్టెడ్ వర్క్స్ ఆఫ్ మార్క్స్ అండ్ ఏంగెల్స్, సంపుటం 11) నుండి చూపిన సందర్భాన్ని గాని, అందులోని భావాన్నిగాని తప్పని చూపగలరా? చేతనైతే ప్రయత్నించండి.

ఎవరైనా సరే తప్పు చేస్తే దాన్ని గుర్తించడం, తప్పని ఒప్పుకోవడం, దాన్ని వదులుకోవడం గొప్ప విషయాలే. ఏంగెల్స్ తాను చేసిన తప్పును ఒప్పుకొన్నా, దాన్ని వదులుకోలేకపోయాడని వెంకటాద్రిగారు విమర్శించారు. సైదులుగారు ఈ విషయాన్ని ప్రస్తావించి 'ఏంగెల్స్ తప్పు ఒప్పుకొన్నాడని ఒకసారి, ఒప్పుకోవడం గొప్ప విషయమని మరొకసారి, పెంచి పోషించిన సిద్ధాంతాన్ని వదులుకోలేకపోయాడని ఇంకొకసారి ఇలా పరస్పర విరుద్ధమైన విషయాలను వ్రాశాడు రావిపూడి అన్నారు సైదులు. ఇందులో పరస్పర విరుద్ధమైన విషయాలేమిటో ఎవరికీ అర్థం కావు. ఒప్పుకోవడం వేరు, వదులుకోవడం వేరు అనే విషయాలు అందరికీ తెలిసినవే. అయితే సైదులుగారికి మాత్రం అందులో వైరుధ్యాలు కనిపించాయి. వారిది గతితార్కిక ఆలోచనా విధానం కదా!

సైదులుగారు తనకున్న ప్రతిభతో ఒక కొత్త సిద్ధాంతాన్ని ప్రతిపాదించారు. అదేమిటంటే పొగడదలచుకున్నప్పుడు విమర్శతో మొదలుపెట్టి పొగడ్తలతో ముగించడం, విమర్శించదలచుకున్నప్పుడు పొగడ్తలతో ప్రారంభించి విమర్శతో ముగించడం. దీన్నే వెంకటాద్రిగారు కూడా ఉపయోగించారని పేర్కొన్నారు. ఎవరైనా సరే పొగడదలచుకున్నపుడు కాని, విమర్శించదలచుకున్నపుడుగాని వ్యతిరేకమైన పద్ధతిలో మొదలుపెడతారని సిద్ధాంతీకరించడం హాస్యాస్పదం. ఇలాంటి పిచ్చి సూత్రాలను చెప్పి, ఎదుటివాళ్లను పిచ్చివాళ్ళను చేయాలనుకోవడం అవివేకానికి పరాకాష్ట అవుతుంది. హేతువాదుల ముందు అవి పనిచేయవు.

ఒక విషయాన్ని పరిణామం ఆధారంగా అధ్యయనం చేయడం గతితర్కమవుతుందట. కావున 'రావిపూడి మానవ పరిణామం వరకైనా గతితర్కాన్ని భౌతికవాదాన్ని అంగీకరించనని పరోక్షంగా చెప్పుతున్నారు' అని అభాండం వేశారు

సైదులుగారు.

గతితర్కం తప్పని సోదాహరణంగా వివరించిన వెంకటాద్రిగారు దాన్ని తప్పని ప్రత్యక్షంగా, స్పష్టంగానే చెపుతుంటే అంగీకరించనని పరోక్షంగా చెపుతున్నారనడమేమిటి? ఇక భౌతికవాదాన్ని గురించి తప్పని ఎక్కడా, ఎప్పుడూ వ్రాయలేదు. మానవ పరిణామమే కాదు, విశ్వపరిణామమంతా భౌతికవాదాన్నే సమర్థిస్తుందనేది వారి నిశ్చితాభిప్రాయం. గతితర్కాన్ని, భౌతికవాదాన్ని కలిపి గజిబిజిచేసి, గతితర్కాన్ని అంగీకరించలేదు కాబట్టి భౌతికవాదాన్ని అంగీకరించలేదని అర్థాన్ని తీయడం సరికాదు. ఇలాంటి కుంటి వాదాలను ఇకనైనా సైదులుగారు వదులుకుంటే మంచిది.

వెంకటాద్రిగారు తాను మొదట వ్యక్తం చేసిన అభిప్రాయాన్ని తరువాత వ్యక్తంచేసిన అభిప్రాయాలతో ఖండిస్తారని, అయితే అలా ఖండిస్తున్నాననే విషయం వారికి తెలియదని మరో కొత్త విషయాన్ని చెప్పారు. ఏ సందర్భంలో ఏ అభిప్రాయాన్ని ముందు చెప్పి తరువాత దాన్ని ఎక్కడ ఎలా ఖండించారో మాత్రం తెలియజేయలేదు.

'Negation అంటే Untrue అంటే అసత్యము. అసత్యము అంటే ఏమిటి? త్రికాలములలో ఉండనిది. వర్తమానములో మాత్రమే ఉండేది సత్యము అంతే. త్రికాల అబాధితము అంటే భూత భవిష్యత్ వర్తమాన కాలములలో ఉండేది. భౌతికవాదుల దృష్టిలో జీవులు అసత్యము, పదార్థము సత్యము' అని రాశారు సైదులుగారు.

త్రికాలములలో ఉండనిది అసత్యమన్నపుడు అభావము (Negation) అభావము చెందడమేమిటి? ఏది అభావము చెందుతున్నది. ఇదివరకు చెప్పుకున్న ఉదాహరణలో బార్లీగింజ అభావం చెంది మొక్క రావడం, మొక్క అభావం చెంది బార్లీ గింజలు రావడం ఎలా సాధ్యమవుతున్నది? ఇందులో త్రికాలాలలో లేనిది ఏది? గింజ లేదా? మొక్క లేదా? ఏది అసత్యము.ఎన్నడూ లేనిది అభావం చెందడమేమిటి? ఇదంతా ఆయనలోని అయోమయ ఆలోచనా విధానాన్ని తెలియజేస్తుంది.

భౌతికవాదుల దృష్టిలో జీవులు అసత్యమవడం అసలు భౌతికవాదమంటే ఏమిటో

తెలియకపోవడమే. ఆయన నిర్వచనం ప్రకారం చూసినా జీవులు భూతవర్తమాన భవిష్యత్ కాలములలో లేనివయితే, అవి ఎలా ఉనికిలోకి వస్తున్నాయి? జీవులు పదార్థం కాదా? అవి పరిణామం చెందడం లేదా? ఏమిటీ విపరీత వ్యాఖ్యానాలు? వర్తమానములో మాత్రం ఉండేది సత్యమయితే పదార్థం భూత కాలంలో లేదా? భవిష్యత్తులో ఉండదా?

వర్తమానంలో మాత్రమే ఉండేది సత్యమని చెప్పి, వెంటనే మళ్లీ అది త్రికాలములలో ఉండేదని రాస్తే దాని అర్థమేమిటి? ఆ రెండు భావాలు పరస్పర విరుద్ధం కావా? ఏది సత్యమో, ఏది అసత్యమో తెలియకపోయినా తెలిసినట్లు నటించి పరస్పర విరుద్ధ వ్యాఖ్యానాలు చేయడం సైదులు వంటి వారికే చెల్లుతుంది.

పదార్థం నిరంతర పరిణామక్రమంలో ఉన్నది. దాని పరిణామక్రమంలో అనేకరకాల జీవజాతులు ఉద్భవించాయి. మానవుడు ఆవిర్భవించాడు. సైదులు గారు భావించినట్లు జీవులు అసత్యమైతే మానవులు కూడా అసత్యమైపోతారు.

జీవులు పదార్థేతరమైనవని భావించడమంటే అది నికార్సయిన భావవాదమవుతుంది. గతితర్కాన్ని తత్వశాస్త్రానికి అన్వయిస్తూ ఏంగెల్స్ ఆదిమ భౌతికవాదం అభావం చెంది భావవాదంగా మారిందని, ఆ భావవాదం మరలా అభావం చెంది ఆధునిక భౌతికవాదంగా (గతితార్కిక భౌతికవాదం) మారిందని వివరించారు. అభావ అభావ సూత్రం ప్రకారం దాన్ని తార్కికంగా పొడిగిస్తే ఆధునిక భౌతికవాదం అభావం చెంది ఇంకో ఆధునిక భావవాదానికి దారితీయాలి. దీన్ని 'మార్క్సిస్టు గతితార్కిక మహిమ'గా చెప్పుకోవచ్చు.

పరిణామాత్మక మార్పు గుణాత్మక మార్పుగా పరిణామం చెందుట అనే నియమంలో కూడా అభావం చెందుట అనే నియమము అంతర్లీనంగా ఉంటుందని, అలాగే అభావ నియమంలోను పరిమాణాత్మక మార్పు గుణాత్మక పరిణామం చెందడం అనే నియమం కూడా ఉన్నదని సెలవిచ్చారు సైదులుగారు. ఇంతకూ దేనిలో ఏది ఉంటుంది అనే సందేహం మాత్రం పాఠకుల్లో మిగిలిపోతుంది.

మూడు గతితార్కిక సూత్రాలలో అభావ అభావ సూత్రాన్ని తిరస్కరించాడు

స్టాలిన్. వైరుధ్యాల ఐక్యతా సూత్రాన్ని మాత్రమే ఆమోదించి మిగతా రెండు గతితార్కిక సూత్రలను తిరస్కరించాడు మావో. ఈవిధంగా మార్క్సిజానికి ప్రధాన తాత్విక సిద్ధాంతంగా ఉన్న గతితార్కిక భౌతికవాదం విషయంలోనే అంతర్జాతీయ స్థాయి కమ్యూనిస్టు నాయకులలో ఏకీభావం లేకపోతే ఆ సిద్ధాంతం శాస్త్రీయ సిద్ధాంతం ఎలా అవుతుంది. ముమ్మాటికీ కాదు.

మార్క్సిజం సంపుటంలోని వెంకటాద్రిగారి వ్యాఖ్యానాలన్నీ తప్పు అని ఆరోపిస్తున్న సైదులుగారు అందులోని ఏ ఒక్క అంశాన్ని కూడా సక్రమంగా అర్థం చేసుకోలేకపోయారు. ఆధునిక విజ్ఞానశాస్త్రం ఆమోదించని గతితార్కిక సూత్రాల మైకంలో పడిపోయిన సైదులుగారికి వాస్తవాలను గ్రహించే అవకాశమే లేకుండా పోయింది.

ప్రసిద్ధులైన వారిని విమర్శిస్తే తాను కూడా ప్రసిద్ధుడైపోవచ్చునని భావించారో ఏమో సైదులుగారు. అందుకే వెంకటాద్రిగారి రచనలను అధ్యయనం చేసి, అవగాహన పెంచుకోకుండానే విమర్శించడం ప్రారంభించారు. నిజానికి ఆయనది విమర్శ కాదు. గతితర్కం పేరుతో ఆయన చేసిందంతా కుతర్కమే. రాసిందంతా అసత్యమే. ఇప్పటికైనా సైదులుగారికి కనువిప్పు కలుగుతుందని ఆశిద్దాం.

- హేతువాది, సెప్టెంబర్ 2013

వర్గాలు కాదు, వ్యక్తులు ముఖ్యం

మానవజాతి శ్రేయస్సును కోరి అనేక సిద్ధాంతాలు ఉద్భవించాయి. అటువంటి సిద్ధాంతాలు తాత్వికరంగంలో సామాజిక, ఆర్థిక, రాజకీయాది రంగాల్లో పుంఖానుపుంఖాలుగా వెలువడ్డాయి. ఆయా సిద్ధాంతాలు ఆయా కాలాలలో ప్రజలను ప్రభావితం చేస్తూ వచ్చాయి. అన్ని రంగాల్లోనూ మెరుగైన సిద్ధాంతాలు వెలువడినప్పుడల్లా ఆ మేరకు పాత సిద్ధాంతాలు కాలగర్భంలో కలిసిపోసాగాయి. వాస్తవాలమీద ఆధారపడిన సిద్ధాంతాలే దేశ కాలాలను, అధిగమించి మనుగడ సాధించగలుగుతాయి.

19, 20 శతాబ్దాలలో ఉద్భవించిన సిద్ధాంతాలలో అన్నిటికంటే ఎక్కువగా ప్రపంచాన్ని ప్రభావితం చేసిన, చేస్తున్న సిద్ధాంతాలలో మార్క్సిజం, హ్యూమనిజం ప్రధానమైనవి. కారల్‌మార్క్స్ ప్రతిపాదించిన కమ్యూనిస్టు సిద్ధాంతం గత 170 సంవత్సరాలుగా మార్క్స్ పేరుమీదుగా మార్క్సిజంగా ప్రచారమవుతోంది. మార్క్సిజం ప్రపంచవ్యాప్తంగా పీడిత ప్రజల సిద్ధాంతంగా, కార్మికవర్గ విముక్తి సిద్ధాంతంగా పేరొందింది. చాలా దేశాల్లో చాలామంది మేధావులను, రచయితలను, కళాకారులను కార్మిక కర్షక జనాన్ని ఆకర్షించింది. ఆర్థిక అసమానతలు లేని సమసమాజమే దాని లక్ష్యమని ప్రచారం జరిగింది. మార్క్సిజాన్ని అందరూ భూలోక స్వర్గాన్ని స్థాపించే ఏకైక సిద్ధాంతంగా భావించి ఎన్నో కలలు కన్నారు. ఆ కలలను సాకారం చేసుకోవడానికై కమ్యూనిస్టు సంఘాలు, పార్టీలు ఏర్పడ్డాయి. వేలాది గ్రంథాల రూపంలో మార్క్సిస్టు సాహిత్యం వెలువడింది. 'ప్రపంచ కార్మికులారా ఏకంకండి . పోరాడితే పోయేదేమీ లేదు బానిస సంకెళ్ళు తప్ప' వంటి నినాదాలు అందరినీ ఆకర్షించాయి. పెట్టుబడిదారీ రాజ్యాలతో పోరాడడానికి కమ్యూనిస్టు పార్టీలు ఏర్పడ్డాయి. బలవంతంగా ఆ రాజ్యాలను కూల్చడానికి ఆ పార్టీలు హింసామార్గాన్ని ఆశ్రయించాయి.

ఆవిధంగా 1917లో రష్యాలో లెనిన్ నాయకత్వాన కమ్యూనిస్టు రాజ్యం ఏర్పడింది. దాన్ని చూసి ప్రపంచమంతా సంభ్రమాశ్చర్యాలలో మునిగిపోయింది. ఇంకా అనేక దేశాలలో కమ్యూనిస్టు రాజ్యాలు ఏర్పడ్డాయి. 1949లో చైనాలో మావో నాయకత్వంలో కమ్యూనిస్టు రాజ్యం ఏర్పడింది. కొంతకాలం రష్యా, మరికొంత కాలం చైనా ప్రపంచ పీడిత ప్రజల విముక్తి కేంద్రాలుగా పేరొందాయి. అయితే కమ్యూనిస్టు రాజ్యాల అవతరణతో ఏర్పడవలసిన సమసమాజాలు మాత్రం ఏర్పడలేదు. ఆశించిన ఫలితాలు అందలేదు. సమాజంలో నూతన విలువలు రూపొందలేదు. ప్రపంచానికే ఆదర్శంగా నిలవాల్సిన కమ్యూనిస్టు రాజ్యాలు జాతీయవాదాన్ని కూడా అధిగమించలేదు. ఆ రాజ్యాలు తమలో తామే యుద్ధాలు చేసుకునే దుస్థితికి దిగజారిపోయాయి. అలా ఎందుకు జరిగింది? లోపం ఎక్కడుంది? అని విశ్లేషించుకుంటే కారణాలు సిద్ధాంతంలోనే ఉన్నట్లు అవగతమవుతుంది. మార్క్స్ ప్రధానంగా హ్యూమనిస్టు. ఆయన కాలంలో కార్మికులు పడుతున్న కష్టాలను చూసి చలించిపోయాడు. పెట్టుబడిదార్ల చేతుల్లో దోపిడీకి గురవుతున్న వారందరికీ విముక్తి కలిగించాలని ఆశించి ఆవేదన చెందాడు. అదంతా ఆయన నైతిక స్పందనకు నిదర్శనం. ఆ క్రమంలో ఆయన చేసిన చరిత్ర అధ్యయనం ఆయనను వర్గ సిద్ధాంతానికి చేర్చింది. ప్రపంచ చరిత్ర అంతా వర్గ పోరాటాల చరిత్రగా అర్థం చేసుకున్న మార్క్స్ వర్గ రహిత సమాజం కోసం వర్గ పోరాట సిద్ధాంతాన్ని ప్రతిపాదించాడు. గతితార్కిక భౌతికవాద సూత్రాలు మార్క్సిజానికి ప్రధాన తాత్విక భూమికగా నిలబడ్డాయి. అయితే ప్రధానమైన ఈ గతితార్కిక భౌతికవాద మూల సూత్రాల విషయంలోనే కమ్యూనిస్టు అధినేతలైన స్టాలిన్, మావోల మధ్య ఏకీభావం లేదు. అసలు గతితార్కిక భౌతికవాద సూత్రాలే శాస్త్రీయమైనవి కావు. ఆ సూత్రాలను ఆధునిక విజ్ఞాన శాస్త్రం అంగీకరించదు. మార్క్స్ ఈ గతితార్కిక భౌతికవాద సూత్రాల ప్రకారమే తన సిద్ధాంతాన్ని నిర్మించడం వల్ల అవి మార్క్స్‌ను తన లక్ష్యానికి దూరం చేశాయి. స్వేచ్ఛా లక్ష్యంతో బయలుదేరిన మార్క్స్ గతితర్కం వల్ల నియంతృత్వాన్ని ఆమోదించి, ప్రతిపాదించే స్థితికి చేరుకున్నాడు. మార్క్సిజం వైఫల్యం చెందడానికి గల కారణాలలో

ఆర్థిక నియతివాదం, శ్రామిక వర్గ విప్లవ అనివార్యత, రాజ్యం రాలిపోవడం, కార్మికవర్గ నియంతృత్వం, వర్గ దృక్పథం, సాపేక్ష నీతి, లక్ష్య సాధనాల మధ్య సమన్వయం లేకపోవడం, భావాల స్థానాన్ని గుర్తించకపోవడం వంటివి ఉన్నాయి.

ఇక మానవవాదం విషయానికొస్తే జాతి, కుల, మత, వర్గ, లింగాది భేదాలను పాటించకుండా మనుషులందరినీ మనుషులుగా, మానవ హుందాతనంలో సమానులుగా, ఎవరి చర్యలకు వారే బాధ్యులుగా, ఎవరి భవితవ్యానికి వారే నిర్మాతలుగా పరిగణించి, స్వేచ్ఛగా జీవించే హక్కును కలిగి ఉండడమే మానవవాదం. ఇందులో అతీతశక్తులకు, స్వేచ్ఛకు భంగం కలిగించే విధానాలకు, మనుషులను మరో ఉన్నతమైన లక్ష్యానికో, దైవానికో సాధనాలుగా భావించే పద్ధతులకు, నిరంకుశత్వానికి తావుండదు. ఈ లోకంలో మానవుడి కష్టనష్టాలకు, సుఖ సంతోషాలకు సంబంధించిన వ్యవహారమంతా మానవవాదానికి సంబంధించినదే అవుతుంది. మానవుడి క్షేమానికి, శ్రేయస్సుకు సంబంధించిన విషయాలన్నీ మానవవాదంలో ప్రాధాన్యాన్ని కలిగి ఉంటాయి. మానవవాదంలో అన్ని విషయాలకీ మానవుడే కేంద్ర స్థానంలో ఉంటాడు. మానవుడి స్వేచ్ఛా స్వాతంత్ర్యాలే మానవవాదానికి ప్రాణం. మానవవాదం వ్యక్తికి ప్రాధాన్యతనిస్తుంది కాబట్టి అది వ్యక్తివాదంగా పేరు గాంచింది. వ్యక్తులే సమాజ నిర్మాతలు. వ్యక్తులు లేకుండా సమాజం లేదు. సమాజాభివృద్ధిని కొలవడానికి ఆ సమాజంలోని ప్రతి వ్యక్తి అభివృద్ధిని పరిగణనలోకి తీసుకోవాల్సి ఉంటుంది. ఒక రంగంలోని స్వేచ్ఛకోసం మరో రంగంలోని స్వేచ్ఛను బలిపెట్టడం స్వేచ్ఛ అనిపించుకోదు. పెట్టుబడిదారీ దేశాలలో రాజకీయ స్వేచ్ఛ కోసం ఆర్థిక స్వేచ్ఛను హరిస్తే, కమ్యూనిస్టు దేశాలలో ఆర్థిక స్వేచ్ఛ కోసం రాజకీయ స్వేచ్ఛను హరిస్తున్నారు. అదేవిధంగా మతం పేరుతో, దైవం పేరుతో అన్ని దేశాలలోనూ వ్యక్తి స్వేచ్ఛను హరిస్తున్నారు. మార్క్స్ మానవజాతి చరిత్ర అంతా వర్గపోరాటాల చరిత్ర అంటే ఎం.ఎన్.రాయ్ మానవజాతి చరిత్ర అంతా స్వేచ్ఛా పోరాటాల చరిత్ర అన్నారు. మార్క్స్ ఆర్థిక పరిస్థితులే సమాజంలో నిర్ణాయక శక్తిగా పనిచేస్తాయని ఆర్థిక నియతి వాదాన్ని

ప్రతిపాదిస్తే, రాయ్ ఆర్థిక పరిస్థితులను ఒక పాక్షిక సత్యంగా భావించి, దానికి తోడు మానవుడి వివేక సంకల్పాలు, భావాలు సాంస్కృతిక పరమైన అంశాలు కూడా చాలా సందర్భాలలో నిర్ణాయక శక్తిగా పనిచేస్తాయని ప్రతిపాదించాడు.

రాజకీయాలలో పార్టీలు ప్రవేశించి అధికారం కోసం అనేకరకాల అక్రమాలకు పాల్పడుతున్నాయి. అందువల్ల ప్రజాశ్రేయస్సే తమ లక్ష్యమని ప్రకటించే రాజకీయ పార్టీలకు చివరకు అధికారాన్ని హస్తగతం చేసుకోవడం, దాన్ని నిలబెట్టుకోవడమే లక్ష్యంగా మారింది. దీన్ని ఆనాడే గుర్తించిన రాయ్ రాజకీయాలలో పార్టీ రహిత నిర్మాణాత్మక ప్రజాస్వామ్యాన్ని ప్రతిపాదించాడు.

ఆర్థిక రంగంలో పెట్టుబిదారీ ఆర్థిక విధానానికి, కమ్యూనిస్టు ఆర్థిక విధానానికి ప్రత్యామ్నాయంగా సహకార ఆర్థిక విధానాన్ని ప్రతిపాదించాడు రాయ్. పెట్టుబడిదారీ ఆర్థిక విధానంలో ప్రైవేటు వ్యక్తుల దోపిడీ కొనసాగుతుంది. కమ్యూనిస్టు ఆర్థిక విధానంలో ప్రైవేటు వ్యక్తులకు బదులుగా ఉత్పత్తి సాధనాల మీద ప్రభుత్వ పెత్తనం కొనసాగుతుంది. హ్యూమనిజం ప్రతిపాదించే సహకార ఆర్థిక విధానంలో ఉత్పత్తి సాధనాల మీద యాజమాన్యం ఉత్పత్తి సంఘాలదే అవుతుంది. శ్రామికుడు తాను ఇతరుల కింద పనిచేస్తున్నానే భావన తొలగిపోతుంది.

(నేడు ప్రపంచ మానవవాద దినోత్సవం)

(ఆంధ్రజ్యోతి 21`06`2018లో అచ్చయింది)

చార్వాకుల నుంచి నవ్య మానవవాదుల దాకా

జాతి, కుల, మత, వర్గ, లింగాది భేదాలను పాటించకుండా అందరినీ మనుషులుగా మానవ హుందాతనంలో సమానులుగా, ఎవరి చర్యలకు వారే బాధ్యులుగా ఎవరి భవితవ్యానికి వారే నిర్మాతలుగా పరిగణించేదే మానవవాదం. దానినే హ్యూమనిజమని కూడా అంటారు. మానవవాదం దేశ కాలాలకు పరిమితమైనది కాదు. అది అన్ని ప్రదేశాల్లోనూ, అన్ని యుగాల్లోనూ ఉన్న మానవ ఆలోచనాసారం. ప్రాయికంగా మానవుడి ఆలోచన హ్యూమనిస్టు మార్గంలోనే నడవటానికి ప్రయత్నించింది. అయితే మానవుడి అసమగ్ర జ్ఞానం వల్ల అది దారి తప్పుతూ వచ్చింది. అందువల్ల హ్యూమనిజమనేది మొత్తం మానవజాతి సౌశీల్యానికీ, వారసత్వానికీ ప్రతీక. ఆలోచనాపరుడైన మానవుడేనాటివాడో హ్యూమనిజమూ ఆనాటిదే అంటాడు సుప్రసిద్ధ మానవవాద తత్త్వవేత్త ఎం.ఎన్. రాయ్.

కమ్యూనిస్టు మానిఫెస్టో విడుదలైన వందేళ్లకు 1947లో రాయ్ రాడికల్ హ్యూమనిస్ట్ (నవ్య మానవవాద) మానిఫెస్టోని విడుదల చేశాడు. మానవవాద ప్రణాళికలన్నీ సమతా సమాజాన్ని ఆకాంక్షించాయి. ఆధునిక, వైజ్ఞానిక, తాత్విక దృక్పథాన్ని సమర్థించాయి. జ్ఞానం, సత్యం, స్వేచ్ఛ, నీతి అనే మానవ విలువలకు పట్టం కట్టాయి.

భారతదేశంలో మానవవాద భావాలకు సమగ్రమైన రూపాన్నిచ్చి రాడికల్ హ్యూమనిస్టు సిద్ధాంతాన్ని 22 సూత్రాల రూపంలో రాయ్ ప్రతిపాదించాడు. వాటిలో మొదటి ఆరు సూత్రాలు ఆధునిక విజ్ఞానశాస్త్ర రీత్యా రాడికల్ హ్యూమనిజం భావించే తాత్విక ప్రాతిపదికలను తెలియజేస్తాయి. ఆ తరువాత ఎనిమిది సూత్రలు కాలం చెల్లిపోయిన రాజకీయార్థిక సిద్ధాంతాలను వివరించి, విలువ కడతాయి. చివరి ఎనిమిది

సూత్రాలు హ్యూమనిస్టు రాకీయార్థిక సామాజిక నిర్మాణాన్ని ప్రతిపాదిస్తాయి. ప్రపంచ వ్యాప్తంగా వున్న హ్యూమిస్టు సంఘాలన్నీ కలిసి 1952లోనే అంతర్జాతీయ మానవవాద నైతిక సమాఖ్యగా ఏర్పడ్డాయి. అదే సమాఖ్య నేడు హ్యూమనిస్ట్ ఇంటర్నేషనల్‌గా కొనసాగుతోంది.

భారతదేశంలో ప్రాచీనకాలంలో వర్ధిల్లిన చార్వాక, జైన, బౌద్ధాది భావోద్యమాలన్నీ నాస్తికవాద, మానవవాద భావాలతో కూడుకొన్నవే. అయితే మానవవాదానికి ఒక నిర్వచనాన్ని, ఒక ప్రణాళికను రూపొందించడం మాత్రం 20వ శతాబ్దంలో జరిగింది. ఆధునిక యుగంలో మానవవాద ప్రస్థానం ప్రారంభమై ఇంకా శతాబ్దం కాలం కూడా కాలేదు.

'మానవుడే అన్నిటికీ ప్రమాణం' అన్న గ్రీకు తత్వవేత్త ప్రొటాగరస్ సూక్తి, మానవజాతికి మానవుడే మూలం అన్న కారల్‌మార్క్స సూక్తి, మానవుడు తన భవితవ్యానికి తానే కర్త అన్న రాయ్ సూక్తి మానవవాదానికి స్ఫూర్తిగా నిలుస్తున్నాయి.

కొందరు సామాజికవేత్తలు వ్యక్తికి ` సమాజానికి ఉన్న సంబంధాన్ని అవయవానికి ` దేహానికి మధ్య ఉన్న సంబంధంగా అభివర్ణించారు. అయితే అటువంటి అంగాంగీభావం తప్పని ఆధునిక సామాజిక శాస్త్రం తెలిపింది. సమాజంలో జ్ఞానాన్ని ఆర్జించేది, సత్యాన్ని తెలుసుకునేది, కష్టసుఖాలను అనుభవించేది వ్యక్తులే. స్వేచ్ఛను అనుభవించేది, అభ్యుదయాన్ని సాధించేది వ్యక్తులే. అందువల్ల వ్యక్తులను మినహాయిస్తే సమాజానికి అర్థం లేకుండా పోతుంది. సమాజంలోని వ్యక్తికి ప్రాధాన్యత ఉండాలంటుంది మానవవాదం.

సమాజ శ్రేయస్సు కోసం బయలుదేరిన సిద్ధాంతాలు చాలా ఉన్నాయి. అయితే వాటిలో సమిష్టి భావాలతో కూడిన కులం, మతం, వర్గం, జాతి, పార్టీ వంటి వాటికే అధిక ప్రాధాన్యతనిస్తూ వ్యక్తిని పూర్తిగా విస్మరిస్తున్నారు. చాలా సందర్భాలలో సమిష్టి శ్రేయస్సు కోసం వ్యక్తులను బలి చేస్తున్నారు. వ్యక్తి స్వేచ్ఛను, సంక్షేమాన్ని పూర్తిగా హరించే సమిష్టి సిద్ధాంతం వల్ల అపార నష్టం వాటిల్లుతోంది. వ్యక్తి విలువను శూన్యానికి తగ్గించి, సమష్టి

విలువను మాత్రం అమాంతం పెంచి చూపించే సిద్ధాంతాలు పూర్తిగా లోపభూయిష్టమైనవే. అందువల్ల ఆ సిద్ధాంతాలు వల్లించే సమిష్టి విలువలన్నీ సమిష్టి మిథ్యా విలువలుగా మిగిలిపోతున్నాయి. అందువల్లన మానవవాదం వ్యక్తికి అత్యంత ప్రాధాన్యతను ఇస్తుంది.

నేటి సమాజంలోని సంక్షోభానికి కారణం నైతిక విలువల పతనమే. మనుషులలో నైతిక విలువలను పెంపొందించడమే నేడు మనందరి ముందున్న ప్రధాన సమస్య. ఈ సమస్యను గుర్తించకుండా, సరిగా అర్థం చేసుకోకుండా వర్గ పోరాటాల ద్వారా వర్గ రహిత, నైతిక సమాజాన్ని సాధిస్తామనే కమ్యూనిస్టులున్నారు. సనాతన సంస్కృతి పేరుతో మనువాదాన్ని పునరుద్ధరిస్తూ రామరాజ్యాన్ని స్థాపిస్తామనే ఆధ్యాత్మికవాదులు, వేదవాదులున్నారు. ఒకే దేవుడు, ఒకటే మతం, ఒకే జాతి, ఒకే పార్టీ, ఒకే నాయకుడు ఉండాలని నినదిస్తూ ఫాసిజానికి బాటలు వేసే రాజకీయవాదులున్నారు. అందరూ కలిసి సమాజాన్ని మరింతంగా దిగజార్చి నాశనం చేస్తున్నారు.

ఇటువంటి క్లిష్టపరిస్థితుల నంచి, సమస్యల నుంచి సమాజాన్ని కాపాడటానికి మానవవాదం చూపే మార్గం భావ విప్లవమే. సమాజ నిర్మాతలైన వ్యక్తుల భావాల్లో సరైన మార్పు రాకుండా సమాజంలోని ఏ రంగంలోనూ అభ్యుదయం సాధ్యం కాదు. రకరకాల అక్రమ పద్ధతుల్లో రాజకీయాధికారాన్ని సాధించిన వారంతా ఆ అధికారాన్ని నిలబెట్టుకోడానికే అత్యంత ప్రాధాన్యత నిస్తారు. వారికి సమాజ సంక్షేమమనేది నినాదమే కాని ఆదర్శం కాదు. అందువల్ల వారికి సమాజాభ్యుదయం గిట్టదు. సమాజాభ్యుదయాన్ని నిజంగా కాంక్షించేవారు సమాజంలో వేళ్లూనుకున్న అసమానతలకు, అన్యాయాలకు మూలమైన అశాస్త్రీయ భావాలకు, మూఢ నమ్మకాలకు వ్యతిరేకంగా భావవిప్లవ పోరాటాన్ని కొనసాగించాలి. మానవజాతి చరిత్రంతా అంతిమ విశ్లేషణలో భావగమన చరిత్రగానే తేలుతుంది.

మానవవాద భావ విప్లవమనేది సుదీర్ఘ పోరాటం. అటువంటి పోరాటానికి బాటలు వేసింది మానవవాద తత్వవేత్త ఎం.ఎన్. రాయ్ వంటివారే. సామాజిక

అభ్యుదయవాదులందరూ మానవవాద సాహిత్యాన్ని అధ్యయనం చేయాలి, అవగాహన చేసుకోవాలి. ఆచరణలో జీవన విధానంగా అలవరచుకోవాలి.

(నేడు ప్రపంచ మానవవాద దినోత్సవం)

(ఆంధ్రజ్యోతి 21-06-2023లో అచ్చయింది)

75 ఏళ్ళ రాడికల్ హ్యూమనిస్టు ఉద్యమం

భావవిప్లవ తాత్వికుడు, రాడికల్ హ్యూమనిస్టు ఉద్యమ నిర్మాత ఎం.ఎన్. రాయ్ తీవ్ర జాతీయ వాదిగా జీవితాన్ని ప్రారంభించి, అంతర్జాతీయ కమ్యూనిస్టు నాయకుడిగా ఎదిగి, చివరికి రాడికల్ హ్యూమనిస్టు తత్వవేత్తగా పరిణతి చెందాడు. ఆసియా, అమెరికా, ఐరోపా ఖండాలలోని అనేక దేశాలలో విప్లవకారుడుగా చరిత్ర నిర్మాణంలో పాల్గొన్నాడు. అంతిమంగా తన మేధా సంపత్తిని, అనుభవాన్ని రంగరించి, ఆధునిక విజ్ఞాన శాస్త్రాల వెలుగులో రాడికల్ హ్యూమనిజమనే మానవవాద తత్వాన్ని ప్రపంచ మానవాళికి అందించాడు.

భారత్, ఇతర ఆసియా దేశాల్లో కమ్యూనిస్టు విప్లవాన్ని పెంపొందించేందుకు రాయ్ చాలా కృషి చేశాడు. ఇందులో భాగంగానే తాష్కెంట్‌లో భారత రాజకీయ సైనిక పాఠశాలను నెలకొల్పాడు. ఆ పాఠశాలలోని కొద్దిమంది సభ్యుల సహకారంతో 1920 అక్టోబరు 17న 'కమ్యూనిస్టు పార్టీ ఆఫ్ ఇండియా'ను ఏర్పాటు చేశాడు. భారతదేశంలో కమ్యూనిస్టు బృందాలను సృష్టించి, వారికి ధనసహాయం చేశాడు. 1926 నాటికి రాయ్ కమ్యూనిస్టు ఇంటర్నేషనల్‌లో అత్యున్నత స్థానానికి ఎదిగాడు. కొమింటర్న్ ప్రిసీడియం, పొలిటికల్ సెక్రటేరియట్, ఎగ్జిక్యూటివ్ కమిటీ, వరల్డ్ కాంగ్రెస్ అనే నాలుగు అధికార విధాన నిర్ణాయక కమిటీలన్నిటిలో సభ్యుడిగా ఎన్నుకోబడ్డాడు. 1927లో స్టాలిన్ హయాంలో చైనా విప్లవాన్ని పర్యవేక్షించడానికి చైనా వెళ్లాడు. అయితే చైనాలో రాయ్ సిద్ధాంతం గాని, భావాలు గాని అమలు కాలేదు. రాయ్ రష్యాకు తిరిగి వచ్చేటప్పటికి పరిస్థితులు పూర్తిగా మారిపోయాయి. అధికారికంగా తాను పరపతిని కోల్పోయినట్లు రాయ్ గ్రహించాడు. బరోడిన్, బుఖారిన్ వంటి మిత్రుల సహకారంతో రష్యా నుండి ఆయన రహస్యంగా బయటపడగలిగాడు.

1924లోనే బ్రిటీష్ ప్రభుత్వం రాయ్ మీద, ఇండియాలోని ప్రముఖ కమ్యూనిస్టు నాయకుల మీదా కాన్పూరు కుట్ర కేసును బనాయించింది. వీరందరిపై కఠిన కారాగార శిక్షలు విధించి అమలు చేసింది. రాయ్ విదేశాల్లో ఉన్నందున అతడిపై చర్య తీసుకోడానికి వీలుపడలేదు. ఇండియాకు వెళ్లవద్దని మిత్రులు వారిస్తున్నా, వెళితే అరెస్టవుతానని తెలిసి కూడా రాయ్ 1930 డిసెంబరులో రహస్యంగా ఇండియా చేరాడు. 1931 జులైలో రాయ్‌ని బొంబాయిలో అరెస్టు చేశారు. 1931 జులై నుంచి 1936 నవంబరు వరకు రాయ్ జైలు జీవితం గడిపాడు. జైలులో ఉండగానే రాయ్ విస్తారంగా ఆధునిక విజ్ఞానశాస్త్ర గ్రంథాలను అధ్యయనం చేశాడు. దాదాపు 9000 పేజీల రచనలు చేశాడు. జైలు నుండి విడుదలయ్యాక కాంగ్రెస్‌లో చేరాడు. రెండవ ప్రపంచ యుద్ధం సందర్భంగా కాంగ్రెస్‌తో తీవ్రమైన విభేదాలు వచ్చాయి. దాంతో కాంగ్రెస్ నుండి బయటకు వచ్చి 1940లో రాడికల్ డెమోక్రటిక్ పార్టీని రాయ్ స్థాపించాడు.

ప్రపంచ యుద్ధంలో ఫాసిస్టు శక్తులు పరాజయం పొందుతాయని, ఫాసిస్టు వ్యతిరేక యుద్ధం వల్ల బ్రిటన్‌లోను ఇతర మిత్రపక్ష దేశాల్లోను సంభవించే సామాజిక, ఆర్థిక మార్పుల ఫలితంగా భారతదేశానికి, ఇతర వలస దేశాలకు స్వాతంత్ర్యం లభిస్తుందని 1942 డిసెంబర్‌లో లక్నోలో జరిగిన రాడికల్ డెమోక్రటిక్ పార్టీ మహాసభల్లో రాయ్ ప్రకటించాడు. రాయ్ చెప్పిన జోస్యాలు రెండూ నిజమైనాయి.

రాయ్ యుద్ధానంతర భారతదేశ నిర్మాణంపై దృష్టిని కేంద్రీకరించాడు. రెండు మౌలిక రచనలు చేశాడు. 'భారతదేశ ఆర్థికాభివృద్ధికి ప్రజా ప్రణాళిక', 'స్వతంత్ర భారత రాజ్యాంగ ముసాయిదా' రచించి ప్రచురించాడు. డెహ్రాడూన్‌లో 1946లో జరిగిన పార్టీ అధ్యయన తరగతుల్లో రాయ్ తొలిసారిగా రాడికల్ హ్యూమనిస్ట్ భావాలను ప్రకటించాడు.

1946 డిసెంబరులో బొంబాయిలో జరిగిన రాడికల్ డెమోక్రటిక్ పార్టీ మహాసభలో తాను చెప్పదలచుకున్న తత్వసారాన్ని 22 సిద్ధాంతాల రూపంలో రాయ్ ప్రతిపాదించాడు. అవే రాడికల్ హ్యూమనిస్టు సూత్రాలుగా పేరు గాంచాయి. రాయ్

1947 మే నెలలో నవ్యమానవవాద ప్రణాళికను ప్రచురించాడు. దానికనుగుణంగానే 1948 డిసెంబరులో కలకత్తాలో జరిగిన అఖిల భారత మహాసభలో రాడికల్ డెమోక్రటిక్ పార్టీని రద్దు చేశాడు. రాజకీయ పార్టీల గురించి, అధికార రాజకీయాల గురించి రాయ్ చేసిన ఉపన్యాసాలు 'రాజకీయాలు, అధికారం, పార్టీలు' అనే గ్రంథంగా వెలువడ్డాయి.

మూఢనమ్మకాలు, నిరక్షరాస్యత, నిరుద్యోగం వంటి సమస్యలున్నందువల్ల భారత్‌లో పార్టీ రాజకీయాలు తప్పనిసరిగా అవినీతికరమైన అధికార పోరాటంగా మారగలవని రాయ్ సరిగ్గానే అంచనా వేశాడు. రాజకీయ రంగంలో పార్టీ రహిత, నిర్మాణాత్మక, భాగస్వామ్య ప్రజాస్వామ్యాన్ని, ఆర్థిక రంగంలో 'సహకార ఆర్థిక విధానాన్ని ఆయన ప్రతిపాదించాడు.

సమాజంలోని ఏ రంగంలోనైనా ఆశించిన మార్పు రావాలన్నా ముందుగా ఆ మార్పులకు సంబంధించిన భావాలు ప్రజల్లో పెంపొందించాలి. రాజకీయ రంగంలో గాని, ఆర్థిక రంగంలో గాని, విప్లవాత్మక మార్పులు సంభవించాలంటే ముందుగా వాటికి సంబంధించిన విప్లవ భావాలు ప్రజల మనసుల్లో ఏర్పడాలి అంటే ప్రజల తాత్విక భావాల్లో ముందుగా ఆ మార్పు రావాలి. దానినే భావవిప్లవం అంటారు.

అటువంటి భావ విప్లవాన్ని భారతదేశంలో ప్రారంభించి, దాన్ని విజయపథంలో నడిపించడానికి భారత రాడికల్ హ్యూమనిస్టు ఉద్యమాన్ని చేపట్టారు. అదే తరువాత భారత రాడికల్ హ్యూమనిస్టు సంఘంగా ఏర్పడింది. దీనికి తోడు రాయ్ కలకత్తాలో 1946లోనే భారత పునర్వికాస సంస్థను స్థాపించాడు. తద్వారా హేతువాద, మానవవాద భావవిప్లవ సాహిత్యాన్ని సృష్టించడానికి కృషి చేశాడు. రాయ్ ప్రారంభించిన రాడికల్ హ్యూమనిస్టు ఉద్యమానికి ఇప్పటికి 75 సంవత్సరాలు పూర్తయింది. (1948-2023)

1887 మార్చి 21న బెంగాలులోని 24 పరగణాల జిల్లాలో అర్బేలియా అనే గ్రామంలో జన్మించిన రాయ్ 1954 జనవరి 25న గుండెపోటుతో డెహ్రాడూన్‌లో తుదిశ్వాస విడిచాడు.

రాయ్ భావాల ఆవశ్యకత నేడు మరింతగా ఉంది. మతాలు, రాజకీయాలు ప్రపంచ మానవాళికి ప్రమాదకరంగా పరిణమించిన ఈ దశలో రాడికల్ హ్యూమనిస్టు భావాల ప్రచారానికి అభ్యుదయవాదులు అంకితం కావాలని ఆశిస్తున్నాను.

(రాడికల్ హ్యూమనిస్టు ఉద్యమం ప్లాటినం జూబిలీ ఉత్సవాల సందర్భంగా బాపట్ల జిల్లాలోని ఇంకొల్లులోని రాడికల్ హ్యూమనిస్టు సెంటర్‌లో డిసెంబర్ 13 నుంచి 17 వరకు అధ్యయన తరగతులు జరిగాయి.)

- డిసెంబర్ 2023, ఆంధ్రజ్యోతి

హేతువాద, మానవవాద సాహిత్య శిఖరం

తన జీవిత సర్వస్వాన్ని హేతువాద మానవవాద ఉద్యమ నిర్మాణానికే అంకితం చేసినవాడు రావిపూడి వెంకటాద్రి. 1956 నుంచి 1996 వరకు 40 సంవత్సరాల పాటు నాగండ్ల గ్రామానికి ఏకగ్రీవ సర్పంచ్‌గా పనిచేశారు. నిరాడంబరమైన, నిజాయితీతో కూడిన మచ్చలేని వ్యక్తిత్వంతో జీవించారు.

ఆలోచించడానికీ, మాట్లాడడానికీ, ప్రచురించుకోవడానికీ, ఆచరించడానికీ, వీలయినంత ఎక్కువ స్వేచ్ఛ మానవుడికి భోగంగా కాక అవసరంగా కావాలి. ఈ స్వేచ్ఛాతత్వమే హేతువాదం. దీన్ని అర్థం చేసుకున్నవారే హేతువాదులు అని ఐదు దశాబ్దాల క్రితమే స్పష్టం చేసిన ఆదర్శ హేతువాది రావిపూడి వెంకటాద్రి (1922-2023). హేతువాద లక్ష్యం మానవవాదమని ప్రకటించిన క్రాంతదర్శి ఆయన.

హేతువాదం, నాస్తికవాదం, భౌతికవాదం, మానవవాదం వంటి అనేక అంశాలలో స్పష్టత లేకుండా గందరగోళం చెలరేగి వాదోపవాదాలు చోటుచేసుకుంటున్న తరుణంలో వాటన్నిటి స్వరూప స్వభావాలను, వాటి మధ్యగల సంబంధాలను విడమర్చి వివరిస్తూ సమగ్రమైన హేతువాద మానవవాద సాహిత్యాన్ని సృష్టించిన ఘనత వెంకటాద్రికే దక్కుతుంది.

నియమబద్ధంగా కొనసాగుతున్న ప్రకృతి నుండి పరిణామ క్రమంలో ఆవిర్భవించిన మానవుడిలో ఆ నియమబద్ధతే హేతుత్వంగా రూపుదాల్చింది. అది జంతువులలో సహజాతాల రూపంలోను, మానవుడిలో విచక్షణ రూపంలోను దర్శనమిస్తుంది. ఆ విధంగా మనుషులందరూ మౌలికంగా హేతువాదులే అవుతున్నారు. అంటే మనుషులు తమలోని హేతుత్వాన్ని సక్రమంగా వినియోగించుకోగల సామర్థ్యాన్ని కలిగి వున్నారని అర్థం. అయితే మతాచారాలు, సంప్రదాయాలు అడ్డుపడడంవల్ల

సహజసిద్ధంగా ఉన్న హేతుత్వం మసకబారి అహేతుకత్వానికి దారితీస్తుందని ఆయన వివరించారు.

మతాలు నీతిని ప్రోత్సహిస్తున్నాయని, హేతువాదం నాస్తికత్వం, అవినీతిని ప్రోత్సహిస్తున్నాయని ఆస్తికులు ఆరోపణలు చేస్తున్నారు. ఇది పూర్తిగా వాస్తవ విరుద్ధం. హేతుమంతుడు కానివాడు నీతిమంతుడు కాలేడు. నీతి అనేది వ్యక్తి సామాజిక ప్రవర్తనకు సంబంధించింది. నీతి అంటే అంతరంగానికి జరిగే విన్నపమే. చరిత్ర గమనంలో మానవుడు హేతువంతుడైన మేరకే నీతివంతుడైనట్లు తెలుస్తోంది. ఈనాడు ప్రపంచవ్యాప్తంగా అధిక శాతం మతస్థులే ఉన్నప్పటికీ వారు నైతిక విలువలను పాటిస్తున్నట్లు ఆధారాలు లేవు. అంతటా అవినీతే తాండవిస్తోంది. దైవభీతి వల్ల కాక మానవుడు స్వచ్ఛందంగా నీతిగా ఉండాలనేదే హేతువాద పద్ధతి.

'మతం మంచినే బోధించిందనడానికి మతగ్రంథాల్లో సాక్ష్యం లేదు. బైబిలు అన్యజనుల పట్ల, ఖురాను అవిశ్వాసులపట్ల, వేదం దస్యుల పట్ల, పురాణాలు రాక్షసులపట్ల బోధించిన ద్వేషం హేయమైనది. అన్ని మతాలూ కొన్ని కొన్ని సందర్భాలలో శాంతి, దాంతి, దయ, దాక్షిణ్యాలను బోధించక పోలేదు. బోధలు మాత్రమే చేశాయి. కానీ, అవి ఆచరించినట్లు చరిత్రకు తెలియదు. ఆచరణలో ఆ బోధలకు వ్యతిరేకంగా అతి హింసాత్మకంగా ఆయా మతస్థులే ప్రవర్తించారు. ఎక్కడున్నదీ లోపం. హేతుత్వానికి విడాకులివ్వడంలోనే అని వెంకటాద్రి మతాల నిజస్వరూపాన్ని బట్టబయలు చేశారు తన 'హేతువాదం' సంపుటంలో.

భారతదేశం నేడు మూఢవిశ్వాసాల ఊబిలో చిక్కుకుపోయి ఉంది. ముహూర్తాలు, జాతకాలు, జ్యోతిషం, వాస్తు వంటి వాటికి రోజురోజుకీ గిరాకీ పెరుగుతోంది. వాటి పేర వేలకోట్ల రూపాయల వ్యాపారం జోరుగా సాగుతోంది. ఇటువంటి వాటన్నిటినీ

వెంకటాద్రి తన రచనలలో తీవ్రంగా విమర్శించి, ఏవిధంగా తప్పో వివరిస్తూ వాటి బండారాన్ని బయటపెట్టారు.

హేతువాద ఉద్యమానికి పత్రిక అవసరమని భావించి 1982 సెప్టెంబర్‌లోనే 'హేతువాది' మాసపత్రికను ప్రారంభించారు. దానికి తానే సంపాదకుడిగా ఉండి తాను మరణించే వరకు 40 సంవత్సరాలకు పైగానే దానిని నిరాటంకంగా నడిపించారు. ఆధునిక విజ్ఞానం అందిస్తున్న అనేక నూతన ఆవిష్కరణల గురించి, ఐన్‌స్టీన్ సాపేక్ష సిద్ధాంతం మొదలుకొని, మాక్స్‌ప్లాంక్ క్వాంటం సిద్ధాంతం వరకు ఆ పత్రికలో చర్చించారు. అదేవిధంగా ప్రాచీన భారతావనిలో కొనసాగిన వైదిక మతాచారాల గురించి, చార్వాక, జైన, బౌద్ధాది భావోద్యమాల గురించి 'హేతువాది' పత్రికలో విపులంగా చర్చించారు. తాత్విక రంగంలో కొనసాగుతున్న అనేక సిద్ధాంతాల గురించి చర్చించడమే గాక ఆయా సమస్యలకు పరిష్కారాలను సైతం సూచించారు. మత సిద్ధాంతాలు మొదలుకొని, మార్క్సిజం వంటి సిద్ధాంతాల వరకు కూలంకషంగా చర్చిస్తూ దాదాపు వంద పుస్తకాలు రచించారు. మతాలు అలౌకిక విషయాలకు ప్రాధాన్యతనిస్తూ మానవజాతిని నిర్వీర్యం చేస్తే, మార్క్సిజం వంటి లౌకిక సిద్ధాంతాలు సైతం వర్గపోరాటాల పేరుతో మానవజాతికి తీరని అన్యాయం చేశాయని, మానవజాతి శ్రేయస్సుకు మానవవాదమే శరణ్యమని వెల్లడించారు.

మానవజాతి చరిత్ర అంతా వర్గపోరాటాల చరిత్రగా కారల్‌మార్క్స్ ప్రకటిస్తే, మానవజాతి చరిత్ర అంతా స్వేచ్ఛాపోరాటాల చరిత్రగా ఎం.ఎన్. రాయ్ అభివర్ణించారు. మానవజీవన పరమావధి స్వేచ్ఛ. అదే మౌలిక విలువ. దానినుంచే మిగిలిన మానవ విలువలన్నీ నిష్పన్నమవుతాయి. స్వేచ్ఛ అంటే స్వయం సంపూర్ణ మానవులుగా ఉన్న వ్యక్తులలోని భౌతిక, మానసిక శక్తుల వికాసానికి అడ్డుతగిలే ప్రతిబంధకాలన్నీ క్రమానుగతంగా అదృశ్యం కావడమే. సాంఘిక, ఆర్థిక, రాజకీయ, సాంస్కృతిక రంగాలలోని అసమానతలు, దోపిడీ పీడనల సంకెళ్ల నుండి విముక్తి సాధించడమే స్వేచ్ఛ.

విముక్తి పొందిన మేరకే స్వేచ్ఛాపరిధులు విస్తృతమవుతాయి. ఈవిధంగా మానవవాదంలో జ్ఞానం, సత్యం, స్వేచ్ఛ, నీతి అనేవి ప్రధానపాత్ర వహిస్తాయి.

మానవుడిలోని వివేక సంకల్పాలు కూడా చాలా బలీయమైనవి. చరిత్ర గమనంలో అవి కూడా ప్రధానపాత్ర వహిస్తాయి. చరిత్ర గమనంలో భావాల పాత్రను కూడా తక్కువగా అంచనా వేయడానికి వీలులేదు. వాస్తవానికి సమాజంలోని ఏ రంగంలో అభ్యుదయం సాధించాలన్నా ముందుగా దానికి సంబంధించిన అభ్యుదయ భావాలు ప్రజల్లో వ్యాప్తి చెందాలి. దానినే భావవిప్లవం అంటారు.

భావ విప్లవాలు విజయవంతం కాకుండా, మానవుల మెదళ్లలో తిష్టవేసుకుని ఉన్న మతభావాలు తొలగిపోకుండా సామాజికాభ్యుదయాన్ని సాధించలేమన్నది చారిత్రక వాస్తవం. ఆ దిశగా కృషి జరగాలని భావించిన రావిపూడి వెంకటాద్రి సమగ్రమైన హేతువాద మానవవాద భావవిప్లవ సాహిత్యాన్ని సృష్టించారు. భావవిప్లవోద్యమ సారథిగా జీవించి అమరుడయ్యారు.

1922 ఫిబ్రవరి 9వ తేదీన ఆనాటి ప్రకాశం జిల్లా నాగండ్ల గ్రామంలో జన్మించిన రావిపూడి వెంకటాద్రి సంపూర్ణంగా 101 సంవత్సరాలు జీవించి 2023, జనవరి 21న చీరాలలో శాశ్వతంగా కన్ను మూశారు.

ఆయన తన జీవిత సర్వస్వాన్ని హేతువాద మానవవాద ఉద్యమ నిర్మాణానికే అంకితం చేశారు. 1956 నుంచి 1996 వరకు 40 సంవత్సరాల పాటు నాగండ్ల గ్రామానికి ఏకగ్రీవ సర్పంచ్‌గా పనిచేశారు. నిరాడంబరమైన, నిజాయితీతో కూడిన మచ్చలేని వ్యక్తిత్వంతో జీవించారు. అజరామరమైన హేతువాద మానవవాద సాహిత్యాన్ని సృష్టించారు.

ప్రారంభంలో కవిరాజు త్రిపురనేని రామస్వామి ప్రభావం, తరువాత సుప్రసిద్ధ మానవవాద తత్త్వవేత్త ఎం.ఎన్. రాయ్ భావాల ప్రభావంతో వెంకటాద్రి అంతర్జాతీయ

స్థాయి మానవవాద సాహితీవేత్తగా ఎదగడం విశేషం. ఛాందస మతభావాలు, ఫాసిస్టు రాజకీయాలు రాజ్యమేలుతున్న ఈ తరుణంలో రావిపూడి వెంకటాద్రి తన సాహిత్యం ద్వారా వెల్లడించిన హేతువాద మానవవాద భావాలను ప్రజల్లోకి తీసుకెళ్లడమే ప్రథమ వర్ధంతి సందర్భంగా ఆయనకు మనమర్పించే ఘనమైన నివాళి.

- హేతువాది, ఫిబ్రవరి 2024

మూఢ విశ్వాసాల ఊబిలో చిక్కుకున్నాం

భారతదేశం భిన్న మతాలకు, భిన్న భాషలకు, భిన్న సంస్కృతులకు నిలయం. సత్యాహింసలను, శాంతి సహనాలను ప్రపంచానికి చాటిచెప్పిన బౌద్ధం వంటి భావోద్యమాలు రెండువేల ఐదువందల సంవత్సరాలకు పూర్వమే ఈ దేశంలో వర్ధిల్లాయి. ప్రత్యేకించి బౌద్ధం దాదాపు వెయ్యి సంవత్సరాలకు పైగా ఈ దేశాన్ని ప్రగతిపథంలో నడిపి దేదీప్యమానంగా వెలిగింది. ఆ తరువాత సామాన్య శకానికి పూర్వం రెండవ శతాబ్దంలో బ్రాహ్మణుడైన పుష్యమిత్ర శుంగుడు కుట్రపూరితంగా మౌర్యరాజైన బృహద్రథుడిని సంహరించి రాజ్యాధికారాన్ని చేపట్టాడు. ఇది భారతదేశ చరిత్రలో అత్యంత విషాదకర ఘట్టం.

అప్పటినుంచే భారతదేశం తిరోగమన మార్గానికి మళ్లింది. అప్పటికే అడుగంటిపోయిన వేద సంస్కృతికి తిరిగి ప్రాణప్రతిష్ఠ జరిగింది. యజ్ఞయాగాది క్రతువులు పునఃప్రారంభమయ్యాయి. విషపూరితమైన వివక్షలకు, అసమానతలకు, అన్యాయాలకు పట్టం కట్టిన స్మృతులు ఆవిర్భవించాయి. వర్ణ వ్యవస్థను పరిరక్షించడానికి, బ్రాహ్మణాధిపత్యాన్ని నిలబెట్టడానికి మనుధర్మశాస్త్రం పేరుతో రచించబడిన మనుస్మృతి ప్రపంచంలోనే అత్యంత దుర్మార్గమైన రచనగా నిలబడిపోయింది. అందుకే డాక్టర్ బాబాసాహెబ్ అంబేద్కర్ మనుస్మృతిని 1927 డిసెంబర్ 25న బహిరంగంగా దహనం చేశారు.

ఆనాడు వర్ణధర్మం పేరుతో శూద్రులను అత్యంత హీనంగా చిత్రించి ఘోరంగా హింసించారు. నాటినుంచి నేటి వరకు కులవివక్ష ఈ దేశంలో భయంకరంగా కొనసాగుతూనే ఉంది. అణగారిన అట్టడుగు కులాల వారు నేటికీ దోపిడీకి, హత్యలకు, అత్యాచారాలకు గురవుతున్నారు.

పురాణాల రాకతో భారతదేశంలో భావగమనం వెనక్కి నడిచింది. స్పష్టత నుంచి అస్పష్టతకు, జ్ఞానం నుంచి అజ్ఞానం వైపు, సత్యం నుంచి అసత్యం వైపు, ఐహికం నుంచి ఆముష్మికం వైపు, సమత నుంచి అసమత వైపు, మానవత నుంచి దైవం వైపు నడిచింది. చివరికి పౌరాణిక సంస్కృతి భారతదేశాన్ని భ్రష్టు పట్టించింది.

ఈ దేశంలో తత్వశాస్త్రానికీ, మతానికి తేడా లేకుండా పోయింది. అందువల్ల భారతీయ తత్వశాస్త్రం అంటే హిందూ మతంగా అర్థం చేసుకోబడుతుంది. అయినా హిందువులకు పవిత్ర గ్రంథాలుగా చలామణి అవుతున్న వేదాలు, ఉపనిషత్తులు, స్మృతులు, పురాణాలు, ఇతిహాసాలు, భగవద్గీత వంటివన్నీ ఒకే జీవన పద్ధతిని నిర్ణయించడం లేదు. మౌలిక సత్యాలకు, విలువలకు సంబంధించి కూడా ఆ గ్రంథాలు పరస్పర విరుద్ధమైన ప్రతిపాదనలు చేశాయి. నిజానికి అవన్నీ మతానికి సంబంధించినవే గాని తత్వానికి సంబంధించినవి కావు. పరలోకానికి సంబంధించినవే గాని ఈ లోకానికి సంబంధించినవి కావు. దైవానికి సంబంధించినవే కాని మనిషికి సంబంధించినవి కావు. మరణానంతర స్థితికి సంబంధించినవే గాని బతికి ఉన్నప్పటి స్థితికి సంబంధించినవి కావు. అయినప్పటికీ ఈ దేశంలో మతమే తత్వంగా పరిగణింపబడుతోంది. మతానికి భిన్నమైన తత్వానికి సంబంధించిన చార్వాక, జైన, బౌద్ధాల్లోను, సాంఖ్య, వైశేషిక, న్యాయ దర్శనాలు ఉన్నప్పటికీ వాటికి జనబాహుళ్యంలో ప్రాచుర్యం లేదు. తత్వం, మతం రెండూ ఒకటి కాదు. తత్వం లక్ష్యం సత్యాన్వేషణ కాగా, మతం లక్ష్యం అసత్యంపై విశ్వాస స్థాపన.

భారతదేశంలో మతానికి ,తత్వానికీ తేడా లేనట్టే పురాణాలకు,చరిత్రకు కూడా తేడా లేకుండా పోయింది. కట్టుకథలతో కూడిన రామాయణ, భారత, భాగవతాది గ్రంథాలలో పేర్కొన్న సంఘటనలన్నీ వాస్తవంగా జరిగిన చరిత్రగా భావించడం జరుగుతోంది. ఆ కట్టుకథలకు విపరీతమైన వక్రభాష్యాలను జోడించి ప్రచారం చేయడం హిందూ ప్రవచనకారులు తమ కర్తవ్యంగా భావిస్తున్నారు. అద్వైత సిద్ధాంత ప్రవక్తగా పేరుగాంచిన శంకరుడు బౌద్ధాన్ని నాశనం చేయడానికి కంకణం కట్టుకున్నాడు.

పాలకుల అండదండలతో బౌద్ధ భిక్షువులను చంపించాడు. బౌద్ధారామాలను ఆక్రమించుకుని హిందూ దేవాలయాలను నిర్మించడానికి కృషి చేశాడు. ఈనాడు భారతదేశంలోని హిందూ దేవాలయాల్లో అత్యధిక భాగం బౌద్ధ విహారాలు, ఆరామాలు, చైత్యాలను ధ్వంసం చేసి నిర్మించినవేనని చరిత్రకారులు పేర్కొంటున్నారు.

'ధర్మో రక్షతి రక్షితః' అనేది ఆకర్షణీయమైన అందమైన నినాదం. నీవు ధర్మాన్ని రక్షిస్తే, ధర్మం నిన్ను రక్షిస్తుందని దాని భావం. ఇక్కడ ధర్మమంటే మానవులందరికీ వర్తించే ధర్మం కాదు. అది వర్ణధర్మం మాత్రమే. అదే నేడు కులధర్మంగా మారింది. సర్వధర్మశాస్త్రాల సారంగా చెప్పుకునే భగవద్గీతలో బ్రాహ్మణ కులాన్ని సంరక్షించడం ద్వారానే వైదికధర్మం సంరక్షింపబడుతుందని కృష్ణుని నోటితో చెప్పించారు. గీతలో మొదటి నుంచి చివరి వరకు పడిన తంటాలన్నీ కులవ్యవస్థను కాపాడటం కోసమే. శంకరుడు అద్వైతాన్ని ప్రతిపాదించినా, రామానుజుడు విశిష్టాద్వైతాన్ని ప్రతిపాదించినా, మధ్వుడు ద్వైతాన్ని ప్రతిపాదించినా వారంతా సారాంశంలో వర్ణవ్యవస్థను అంటే కులవ్యవస్థను కాపాడటానికే కృషి చేశారని స్పష్టమవుతుంది.

వినాయకుడి తల నరికిన శివుడు ఏనుగు తలను అతికించాడంటే తలలు మార్చే శస్త్రచికిత్స ప్రాచీనకాలంలోనే భారతదేశంలో ఉందని సైన్స్ కాంగ్రెస్ మహాసభల్లో ప్రధానమంత్రి హోదాలో ఉన్న వ్యక్తి మాట్లాడటం నిస్సందేహంగా దేశానికి తలవంపులు తెచ్చే సంఘటనగానే మిగిలిపోతుంది. విశ్వవిద్యాలయం వైస్ చాన్సలర్లు, ఐఐటి ప్రొఫెసర్లు కూడా అదే స్థాయిలో మాట్లాడటం విడ్డూరంగా కనిపిస్తోంది. జ్యోతిషం, వాస్తు వంటి అశాస్త్రీయ అంశాలను విశ్వవిద్యాలయ స్థాయిలో విద్యార్థులకు పాఠ్యాంశాలుగా పెట్టడం, భూతవైద్యాన్ని కూడా ఒక కోర్సుగా ప్రవేశపెట్టడం చూస్తుంటే మనం ఎంతగా దిగజారిపోతున్నామో అర్థమవుతోంది.

ప్రపంచవ్యాప్తంగా సైన్సు దినదినాభివృద్ధి చెందుతూ అప్రతిహతంగా దూసుకుపోతోంది. ఆధునిక విజ్ఞానం అందిస్తున్న కంప్యూటర్లు, సెల్‌ఫోన్లు, చలనచిత్రాలు, విమానయానాలు, ఆధునిక వైద్య పరికరాల వంటి అనేక సౌకర్యాలను

అనుభవిస్తున్నాం. కాని సైన్సు తత్వాన్ని అర్థం చేసుకోలేకపోతున్నాం. శాస్త్రీయ దృక్పథాన్ని అలవరచుకోలేకపోతున్నాం. అనుభవించేది మాత్రం సైన్సు ఫలితాలను, ఆచరించేది మాత్రం మూఢవిశ్వాసాలనే. అడుగడుగునా ఈ వైరుధ్యం స్పష్టంగా కనిపిస్తోంది. భారతదేశం నేడు మూఢవిశ్వాసాల ఊబిలో చిక్కుకుపోయింది. సైన్సు కంటే మతమే గొప్పదనే ప్రచారం జోరుగా సాగుతోంది. మత కల్లోలాలకు, మత మారణకాండకు హద్దులు లేకుండా పోయాయి. మనం రాజ్యాంగంలో రాసుకున్న సోషలిజం, సెక్యులరిజం వంటివి నీటిమీద రాతలుగా మారిపోయాయి.

శాస్త్రీయ స్పృహను, మానవవాదాన్ని, పరిశీలనాతత్వాన్ని, సంస్కరణలను ప్రజల్లో పెంపొందించడం ప్రతి భారతీయ పౌరుడి ప్రాథమిక విధి అని రాజ్యాంగంలోని అధికరణం 51ఎ(హెచ్)లో రాసుకున్నాం. కాని పాలకులతో సహా దాన్ని ఎవరూ పట్టించుకోవడంలేదు. పాలకులు ప్రజల్లో ప్రశ్నించే తత్వాన్ని చంపేస్తున్నారు. ప్రశ్నించిన వారిని జైళ్లలో పెడుతున్నారు. రాజకీయాల్లో స్వార్థం పరాకాష్టకు చేరింది. ఒకే మతం, ఒకే జాతి, ఒకే పార్టీ వంటి ఫాసిస్టు లక్షణాలు క్రమంగా బలపడుతున్నాయి. భిన్న మతాలను, భిన్న భావాలను సహించే పరిస్థితులు క్షీణించిపోతున్నాయి. వివక్ష, ద్వేషం, దోపిడీ, నియంతృత్వ పోకడలు రాజ్యమేలుతున్నాయి. వీటన్నిటికీ విరుగుడు కావాలి. దానికోసం ప్రజల్లో హేతువాద, మానవవాద భావవిప్లవం రావాలి. దానికి మీడియా తోడ్పాటు కావాలి. అభ్యుదయాన్ని కాంక్షించే వారంతా ఈ దిశగా తమవంతు కర్తవ్యాన్ని నిర్వర్తించాలి.

(జులై 13,14 తేదీల్లో బాపట్ల ఎన్జీవో హోమ్‌లో భారత హేతువాద సంఘం వార్షిక మహాసభలు)

ఈ వ్యాసం 13-07-2024 ఆంధ్రజ్యోతి దినపత్రికలో అచ్చయింది

వివక్షను ఎత్తి చూపడమే విద్వేషమా?!

“హిందూ మత గ్రంథాలపై ఇంత విద్వేషమా? అనే శీర్షికతో జులై 19న బాల రంగయ్య రాసిన వ్యాసం దూషణలతో, అసత్యారోపణలతో హేతువాదులపై బురద చల్లే విధంగా ఉంది. “మూఢ విశ్వాసాల ఊబిలో చిక్కుకున్నాం!” అనే జులై 13వ తేదీ వ్యాసంలో నేను హిందువుల ఆచారాలు, సాంప్రదాయాలు, ఆధ్యాత్మిక గ్రంథాలపై ఎటువంటి దూషణలు చేయకపోయినా, అందులో ఎంతో విద్వేషాన్ని వ్యక్తం చేసినట్లు చిత్రించడం పూర్తిగా నిరాధారమైన ఆరోపణే అవుతుంది.

దూషించడం, ద్వేషించడం, హింసించడం, హతమార్చడం వంటి దుర్గుణాలన్నీ మతాల నైజమే కానీ హేతువాదుల స్వభావం కాదు. హేతువాదులు అన్ని మతాలలోని సత్యాసత్యాలను శాస్త్రీయ పద్ధతిలో విశ్లేషిస్తారు. వాటిలోని లోపాలను, మూఢ విశ్వాసాలను ఎత్తిచూపుతారు. అన్యాయాలు, అక్రమాలు, వివక్ష, దోపిడీ ఏ మతంలో వున్నా ఖండిస్తారు. సర్వమానవ సౌభ్రాతృత్వాన్ని ఆకాంక్షిస్తారు.

ఇస్లాం, క్రైస్తవ సమాజాలలో ఏర్పడ్డ రుగ్మతలకు వారి మతగ్రంథాలు కారణమని చెప్పే ధైర్యం, సాహసం, తెగువ, నిష్పాక్షికత హిందూ వ్యతిరేకులైన హేతువాదులకు ఉందా? అని అమాయకంగా ప్రశ్నిస్తున్నారు ‘బాల’రంగయ్య.

ధైర్యం - సాహసం వంటి లక్షణాలున్నందువల్లనే క్రైస్తవాన్ని, ఇస్లాంను విమర్శిస్తూ అనేక గ్రంథాలు రచించారు హేతువాదులు. ఆ కారణంగా కేసులను ఎదుర్కొన్నారు. జైళ్ళకు కూడా వెళ్లి వచ్చారు. సుప్రసిద్ధ హేతువాది ఎన్.వి.బ్రహ్మం 1950 దశకంలోనే “బైబిలు బండారం” అనే గ్రంథాన్ని రచించాడు. 1958లో ఆంధ్రప్రదేశ్ ప్రభుత్వం ఆ గ్రంథాన్ని నిషేధించింది. 1959లో ఆంధ్రప్రదేశ్ హైకోర్టు ఆ నిషేధాన్ని సమర్థించింది.

1962లో సుప్రీంకోర్టు ఆ నిషేధాన్ని రద్దు చేస్తూ తీర్పు నిచ్చింది. తరువాత క్రైస్తవాన్ని విమర్శిస్తూ చాలా గ్రంథాలే వెలువడ్డాయి.

అదేవిధంగా ఖమ్మంలోని హేతువాద మిత్రుడు క్రాంతికార్ ఇస్లాంను విమర్శిస్తూ ఇతర రచయితలు రాసిన వ్యాసాలను సేకరించి సంకలనం వెలువరించాడు. ముస్లింలు ఆయన మీద కేసు పెట్టారు. ఆ సందర్భంగా క్రాంతికార్‌ని, సుప్రసిద్ధ హేతువాది, జర్నలిస్టు డాక్టర్ నరిశెట్టి ఇన్నయ్యని అరెస్టు చేసి జైల్లోపెట్టారు. ఆ తర్వాత వారు విడుదలయ్యారు. తరువాత హైకోర్టు ఆ కేసును కొట్టివేసింది.

హేతువాద భావాలను ప్రచారం చేసినందుకే నరేంద్ర ధభోల్కర్, కల్బుర్గి, గౌరీలంకేశ్, గోవింద్ పన్సారే వంటి హేతువాదులను హిందూ మతోన్మాదులు తుపాకులతో కాల్చి చంపిన విషయాలు ప్రపంచానికి తెలుసు.

హిందూమతాన్ని దూషించి, ద్వేషిస్తే- ముస్లింల, క్రైస్తవుల ఓట్లు గుండుగుత్తగా తమకే పడతాయని ఆకాంక్షించే రాజకీయ నాయకులకు "హిందువుల మతం" విమర్శలకు ఒక వస్తువుగా మారిందని సంబంధం లేని విషయాన్ని అనవసరంగా తెచ్చి చర్చను పక్కదోవ పట్టించారు. నా మీద వ్యక్తిగత విమర్శలు చేయడానికే, నిరాధారమైన అసత్యారోపణలు చేసి హేతువాదుల మీద విషం చిమ్మడానికే వ్యాసాన్ని వినియోగించుకున్నారు.

భారతదేశం భిన్న మతాలకు, భిన్న భాషలకు, భిన్న సంస్కృతులకు నిలయమని నేను పేర్కొనడం శతాబ్దాలుగా అవి శాంతియుత సహజీవనం చేస్తున్నామని తెల్పడానికే. అదేదో పెద్ద నేరమన్నట్లు చిత్రించారు బాల రంగయ్య. భారతీయ మహర్షులు ప్రవచించిన మూల సూత్రం హిందూ మతాన్ని అనవసరంగా దూషించే వారికి, ద్వేషించే వారికి ఎప్పటికీ అర్థం కాదని తన అవగాహనా రాహిత్యాన్ని బయట పెట్టుకున్నారు.

పుష్యమిత్ర శుంగుడు సామాన్య శకానికి పూర్వం రెండవ శతాబ్దంలో (సామాన్య శకానికి పూర్వం -185) మౌర్య రాజైన బృహద్రథుడిని కుట్రపూరితంగా సంహరించి

రాజ్యాధికారాన్ని చేపట్టడం భారతదేశ చరిత్రలో ఎంతో విషాదకర ఘట్టమని చెప్పడం నా చారిత్రక అవగాహనా రాహిత్యానికి రుజువా?

ఏమిటీ విపరీత ధోరణి. ఆ సంఘటన చారిత్రక వాస్తవం కాదా? పుష్యమిత్ర శుంగుడితోనే బౌద్ధంపై ముప్పేట దాడి ప్రారంభమైంది. బౌద్ధులపై అమానుషమైన ఆంక్షలను విధించి, చిత్రహింసలకు గురి చేయడం ప్రారంభమైంది. బౌద్ధుల తల నరికి తెచ్చిన వారికి ఒక్కొక్క తలకి వంద బంగారు నాణేలు బహుమతిగా ఇస్తానని ప్రకటించి పుష్యమిత్ర శుంగుడు ఆచరించినట్లు చారిత్రక ఆధారాలు లభ్యమవుతున్నాయి. వీటిని కాదనగలరా?

ఏ మత గ్రంథమైనా ఆనాటి సామాజిక పరిస్థితులకు అనుగుణంగా రాయబడి ఉంటుందన్నారు. మనుస్మృతి ఏ సామాజిక పరిస్థితులకు అనుగుణంగా రాయబడింది. వర్ణ ధర్మం ప్రకారం బ్రాహ్మణ, క్షత్రియ, వైశ్యవర్ణాలు వారికి ఉచితంగా సేవ చేయడమే శూద్రుల ధర్మమని ప్రకటించి, శూద్రులను బానిసలుగా చేయడము మనుధర్మం. ఒకే నేరానికి వర్ణాన్ని బట్టి శిక్షలు విధించడం మనుధర్మం. శూద్రులను పశువులకన్నా హీనంగా చూడడం మనుధర్మం. అటువంటి దుర్మార్గమైన మను స్మృతి హిందువుల గ్రంథమైనందు వల్లనే డా.బి.ఆర్. అంబేద్కర్ దాన్ని దహనం చేశాడనడం తప్పు. అటువంటి వివక్షలతో కూడిన గ్రంథం ఏమతానిదైనా ఆయన దహనం చేసి వుండే వాడనడమే కరెక్ట్. మరొక చోట భారతదేశం సైన్స్‌ను మతంగా ఏనాడూ అంగీకరించ లేదని, భూ కేంద్ర సిద్ధాంతాన్ని హిందూ మతం కాదు క్రైస్తవం ప్రతిపాదించిందని పేర్కొన్నారు. వాస్తవానికి సైన్స్ మతం కాదు, మతమెప్పుడూ సైన్స్ కానేరదు. సైన్స్ నిరంతరం పారే సెలయేరు లాంటిది కాగా మతం ఎటువంటి చలనం లేని మురికి గుంట. మతం ఏనాడూ మౌలికమైన మార్పులను ఆమోదించదు. ప్రాచీన కాలంలోని కరడుగట్టిన భావాలే వ్యవస్థీకృతమై మతాలుగా రూపొందాయి. భూ కేంద్ర సిద్ధాంతాన్ని ఎవరు ప్రతిపాదించినా హిందూ మతం దాన్ని ఆమోదించి అక్కున చేర్చుకుంది. జ్యోతిషం వంటి అశాస్త్రీయ సిద్ధాంతాలకు భూ కేంద్ర సిద్ధాంతమే ఆధారమయ్యింది.

సామాజిక, రాజకీయ అంశాలలో మనుస్మృతిని అమలు చేయమని ఏ హిందువు అడగడం లేదని సెలవిచ్చారు బాలరంగయ్య. కానీ కేంద్రంలో అధికారంలో వున్న పాలకులలో మనుధర్మంలోని అనేకాంశాలను పరోక్షంగా దొడ్డిదారిన ప్రవేశపెట్టడానికి ప్రయత్నాలు జరుగుతున్నట్లు వార్తలొస్తున్నాయి.

సమాజంలో కొనసాగుతున్న వివక్షకు హిందూ ధర్మ గ్రంథాలు, పురాణాలు, ఇతిహాసాలు కారణమని చెప్పడం మూర్ఖత్వమంటున్నారు. మరి అసలు కారణాలేమిటో చెప్పలేదు. వాస్తవానికి సమాజంలో కొనసాగుతున్న భయంకరమైన వివక్షకు, దోపిడీకి హిందూ ధర్మ గ్రంథాలే కారణమనేది కాదనలేని సత్యం.

ప్రధాని మోదీపై ఏర్పరచుకున్న వ్యతిరేకత ధోరణితో భారతదేశంలో పరిఢవిల్లిన పురాతన శస్త్ర చికిత్సను నిరాధారమైనదిగా ఎందుకు కొట్టివేస్తున్నారని నిస్సిగ్గుగా ప్రశ్నిస్తున్నారు. నిజంగానే అటువంటి శస్త్ర చికిత్సా విధానాలు పురాతన కాలంలో ఉంటే వాటిని వేల సంవత్సరాలుగా ఎందుకు కొనసాగించలేకపోయారు? ఇప్పుడు కూడా అటువంటి వాటిపై ఆధార పడకుండా ఆధునిక విజ్ఞానం అందిస్తున్న ఆధునిక శస్త్ర చికిత్సా విధానాలను ఎందుకు అవలంబిస్తున్నారు? ఇటువంటి ప్రశ్నలకు సమాధానాలు చెప్పలేక విషయాన్ని పక్కదారి పట్టిస్తారు.

రామాయణం, భారతం, భాగవతం కట్టు కథలు కాక మరేమిటి? వాటికి ఎటువంటి చారిత్రకాధారాలు లేవు. అసత్యాలను సత్యాలుగా చూపడానికి పురాణాలను చరిత్రగా చూపడానికి తాపత్రయ పడితే సరిపోదు. అవతలి వారిపై 'హిందూ వ్యతిరేక ముద్ర' వేస్తే అవన్నీ చారిత్రక సంఘటనలైపోవు కదా!

ఆది శంకరాచార్యుడిపై నేను అవాకులు చవాకులు పేలలేదు. చారిత్రక వాస్తవాలనే వెల్లడించాను. కందుకూరి వీరేశలింగం రచించిన ''శంకరాచార్యులు'' గ్రంథం నుండి సుప్రసిద్ధ హేతువాద, మానవవాద తత్వవేత్త రావిపూడి వెంకటాద్రి తన రచన ''ఆదిశంకరాచార్య- వ్యక్తిత్వం - తత్వం'' అనే గ్రంథంలో ఇలా కోట్ చేశారు. ''శంకరాచార్యుల వారు కాంచీపురానికి పోయి, అక్కడ బౌద్ధులతో వాదం చేసి, వారి

రాజైన హిమశీతల మహారాజు గారి ఎదుట తమలో అది వరకు ఇరుకక్ష్యల వారు ఏర్పరచుకున్న ఏర్పాటును బట్టి బౌద్ధ మతస్తులందరినీ గానుగలలో పెట్టి ఆడించి చంపించాడు. ఈ సంగతి శివకంచిలో స్మశానేశ్వర స్వామి వారి ఆలయంలో రాతి మీద చెక్కబడి వున్నది. హిందూ దేశంలో క్షీణత పొందుతున్న బౌద్ధ మతానికి ఆగర్భ శత్రువైె ఆచార్యుల వారు దాన్ని రూపుమాపారు''. (ఆదిశంకరాచార్య వ్యక్తిత్వం - తత్వం, పేజీ నెంబర్:60)

ఈ సందర్భంగా భారతదేశంలో బౌద్ధం పతనం కావడానికి కారణాలు ఏమిటో తెలుసుకోవడానికి నేను అనువదించిన ''భారతదేశంలో బౌద్ధ నిర్మూలన'' అనేగ్రంథాన్ని చూడవచ్చు. బౌద్ధం భారతదేశంలో ఎందుకు మనుగడ సాగించలేక పోయిందో కారణాలను చూపే సందర్భంగా బాలరంగయ్య 'శ్వేతాంబరులు, దిగంబరుల బౌద్ధ సిద్ధాంతాలలోని పొరపొచ్చాలు' అంటూ ప్రస్తావించడం ఆయనకు బౌద్ధానికి సంబంధించిన ప్రాథమిక విషయ పరిజ్ఞానం కూడా లేదని రుజువు చేస్తుంది. శ్వేతాంబరులు, దిగంబరులు అనే శాఖలు జైన మతానికి సంబంధించినవే కాని బౌద్ధానికి సంబంధించినవి కావు. దీన్నిబట్టి ఎవరిలో అజ్ఞానం పరాకాష్టకు చేరిందో అర్థమవుతుంది.

భగవద్గీత గురించి తనకే సర్వం తెలుసుననే అహంకారంతో విర్రవీగుతూ అవాకులు, చవాకులు పేలడం విజ్ఞత అనిపించుకోదు. 'వక్రబుద్ధితో ఒక మతాన్ని వ్యక్తిగతంగా దూషించాలని, ఆ మత అనుయాయులను మానసికంగా హింసించాలని ప్రయత్నిస్తే - సమాజంతో శాంతి భద్రతల పరిస్థితి తారుమారవుతుందనేది చరిత్రే చెప్పిన సత్య'మని హేతువాదులను పరోక్షంగా బెదిరించే ప్రయత్నం చేయడం అత్యంత హేయం. అసత్యాలకు, అసమానతలకు, వివక్షకు, దోపిడీకి వ్యతిరేకంగా భావ విప్లవ పోరాటం చేసే హేతువాదులు ఇటువంటి బెదిరింపులకు భయపడరు.

హిందూ మతంలోని మూఢ విశ్వాసాలను గురించి నేను వివరిస్తే, వాటికి సూటిగా సమాధానాలు చెప్పడం చేతగాక నన్ను హిందూమత వ్యతిరేకిగా, అజ్ఞానిగా

ముద్రవేయడానికి ప్రయత్నించడం మత ఛాందసత్వానికి పరాకాష్టగా నిలుస్తుంది. మతం మత్తులో కళ్లు మూసుకుపోయిన వారికి చారిత్రక సత్యాలు అసత్యాలుగా, అసత్యాలు చారిత్రక సత్యాలుగా దర్శనమిస్తాయనడానికి ఉల్లి బాలరంగయ్య వ్యాసమే చక్కని నిదర్శనం.

(రీజాయిండర్‌గా పంపిన ఈ వ్యాసం ఆంధ్రజ్యోతి దినపత్రికలో అచ్చు కాలేదు.)

డా॥ గుమ్మా వీరన్న రచనలు

క్రమ సంఖ్య	పుస్తకము పేరు	అచ్చయిన సం॥	
1)	హేతువాదం - భావవిప్లవం*	1984	
2)	హేతువాదం - మార్క్సిజం	1987	
3)	నవ్యమానవవాద మీనాటి బాట*	1996	
4)	స్వేచ్ఛ*	2001	
5)	హేతువాదం - స్వరూప స్వభావాలు	2007	
6)	భారతీయ సంస్కృతి - తత్వం	2008	
7)	తాత్విక విప్లవం*	2010	
8)	హేతువాదం - అపోహలు, అపార్థాలు	2012	
9)	రావిపూడి రచనల సంపుటాల సమీక్ష (ప్రథమ భాగం)	2014	
10)	రావిపూడి రచనల సంపుటాల సమీక్ష (ద్వితీయ భాగం)	2016	
11)	రావిపూడి వెంకటాద్రి రచనలు - హేతువాద మానవవాదాలు	2017	
12)	విశ్వపరిణామంలో మానవావిర్భావం	2022	
13)	ఆర్యులు - వేదవాఙ్మయం	2022	
14)	ఉపనిషత్తులు	2022	
15)	చార్వాకం, జైనం	2022	
16)	భారతీయ తత్వ దర్శనం - బౌద్ధం	2023	
17)	షడ్దర్శనాలు	2023	
18)	ఆధునిక తెలుగు సాహిత్యంలో అభ్యుదయ ధోరణులు	2024	
19)	Rationalism to Humanism	2024	
20)	హేతువాద మానవవాద తత్వవేత్త - రావిపూడి వెంకటాద్రి	2025	
21)	హేతువాద మానవవాద వ్యాసాలు	2025	
22)	'హేతువాది' అనువాద వ్యాసాలు (అముద్రితం)		
	అనువాదాలు		
23)	గతితార్కిక భౌతికవాదం శాస్త్రీయమా?*	1988	
24)	రాడికల్ హ్యూమనిజం*	2005	
25)	మానవజాతికి మతమెందుకు?*	2010	
26)	శాస్త్రం - తత్వం	2020	
27)	ఆంధ్రప్రదేశ్‌లో మానవవాద ఉద్యమ చరిత్ర*	2020	
28)	భారతదేశంలో బౌద్ధ నిర్మూలన	2022	
29)	బౌద్ధం : మంచిప్రశ్నలు - మంచి జవాబులు	2025	

★ ఈ గుర్తు గల పుస్తకములు ఇప్పుడు స్టాక్ లేవు.